ഗ്രീക്കുപുരാണത്തിലെ
വീരന്മാർ

greekupuranathile veeranmar
balasahithyam

•

rajesh chirappad

•

first edition
august 2015

•

second edition
september 2018

•

typesetting & published
chintha publishers, thiruvananthapuram

•

printed
akshara offset, thiruvananthapuram

•

cover & illustration
sudheer p y

•

വിതരണം
ദേശാഭിമാനി ബുക്ക് ഹൗസ്
H O തിരുവനന്തപുരം–695 035
phone: 0471-2303026, 6063026
www.chinthapublishers.com
chinthapublishers@gmail.com

ബ്രാഞ്ചുകൾ

ഹെഡ്ഡാഫീസ് ബ്രാഞ്ച് കുന്നുകുഴി • സ്റ്റാച്യു തിരുവനന്തപുരം • കെ എസ് ആർ ടി സി ബസ് സ്റ്റേഷൻ ആലപ്പുഴ • കെ എസ് ആർ ടി സി ബസ് സ്റ്റേഷൻ എറണാകുളം • മച്ചിങ്ങൽ ലെയ്ൻ തൃശൂർ • ഐ ജി റോഡ് കോഴിക്കോട് • മാവൂർ റോഡ് കോഴിക്കോട് • എൻ ജി ഒ യൂണിയൻ ബിൽഡിങ് കണ്ണൂർ • സെൻട്രൽ ബസ് ടെർമിനൽ കോംപ്ലക്സ് താവക്കര കണ്ണൂർ

CR - 1897 / 4726
ISBN - 978-93-84445-44-7

ഗ്രീക്കുപുരാണത്തിലെ വീരന്മാർ

(ബാലസാഹിത്യം)

രാജേഷ് ചിറപ്പാട്

ചിന്ത പബ്ലിഷേഴ്സ്
തിരുവനന്തപുരം-695 035

രാജേഷ് ചിറപ്പാട്

നിരൂപകനും എഴുത്തുകാരനും

കണ്ണൂർ ജില്ലയിലെ ഇരിട്ടിയിൽ ജനനം. അമ്മ: പരേതയായ മേരി സി പി. അച്ഛൻ: ചാക്കോ. ആശാൻ മെമ്മോറിയൽ എൽ പി സ്കൂൾ മട്ടിണി, പെരിങ്കരി ഗവൺമെന്റ് യു പി എസ്, വെളിമാനം സെന്റ് സെബാസ്റ്റ്യൻ ഹൈസ്കൂൾ, മട്ടന്നൂർ പഴശ്ശിരാജ എൻ എസ് എസ് കോളേജ് എന്നിവിട ങ്ങളിൽ വിദ്യാഭ്യാസം. തലശ്ശേരി കേരള സ്കൂൾ ഓഫ് ആർട്സിൽനിന്ന് ചിത്രകല അഭ്യസിച്ചു. *പകൽ, തിരുത്ത്* തുടങ്ങിയ സമാന്തരമാസികകൾ നടത്തി. കവിതാരച നയ്ക്ക് വിദ്യാഭ്യാസകാലത്ത് നിരവധി സമ്മാനങ്ങൾ നേടി യിട്ടുണ്ട്. കേരള ഭാഷാ ഇൻസ്റ്റിറ്റ്യൂട്ടിന്റെ യുവപരിഭാഷ കർക്ക് നൽകുന്ന എം പി കുമാരൻ അവാർഡ് ലഭിച്ചു. ആനുകാലികങ്ങളിൽ നിരൂപണങ്ങൾ, ലേഖനങ്ങൾ എഴു തുന്നു. പ്രസിദ്ധീകരിച്ച കൃതികൾ: *മാംസനിബദ്ധം* (കവി തകൾ), *ദലിത് വർത്തമാനം* (എഡിറ്റർ), *അംബേദ്കർ: ജീവിതം കൃതി ദർശനം, കുമാരനാശാൻ കവിതയും ജീവി തവും, പുതുകാലം പുതുകവിതകൾ 2011 ലെ തെരഞ്ഞെ ടുത്ത കവിതകൾ* (എഡിറ്റർ), *പുതുകാലം പുതുകവിത കൾ 2012 ലെ തെരഞ്ഞെടുത്ത കവിതകൾ* (എഡിറ്റർ), *തകഴി വായനയും പുനർവായനയും* (എഡിറ്റർ), *സ്വത്വം വർഗം മൃദുഹിന്ദുത്വം, യേശു: വിമോചകനും രക്തസാ ക്ഷിയും* (എഡിറ്റർ രാജേഷ് കെ എരുമേലിക്കൊപ്പം), *കെ ഇ എൻ സംഭാഷണങ്ങൾ* (സമാഹരണം പി എസ് പുഴ നാടിനൊപ്പം), *എം എഫ് ഹുസൈൻ എന്ന ഇതിഹാസം* (സമാഹരണം പി പി സത്യനോടൊപ്പം), *മതമൗലികവാ ദവും ഇന്ത്യൻ മതേതരത്വവും* (പരിഭാഷ).

ഇപ്പോൾ ചിന്ത പബ്ലിഷേഴ്സിൽ സബ് എഡിറ്റർ. കേരള ഭാഷാ ഇൻസ്റ്റിറ്റ്യൂട്ട് ഭരണ സമിതിയംഗം,

ജീവിതപങ്കാളി : വിജില ചിറപ്പാട്
വിലാസം   : എഡിറ്റോറിയൽ വിഭാഗം
                 ചിന്ത പബ്ലിഷേഴ്സ്
                 എ കെ ജി സെന്ററിനു സമീപം
                 തിരുവനന്തപുരം.
ഫോൺ   : 8113904202
email   : rajeshchirappadu@gmail.com

ഉള്ളടക്കം

പ്രസാധകക്കുറിപ്പ്

വീരകഥകളാൽ സമ്പന്നമാണ് ഗ്രീക്ക് പുരാണേതിഹാ സങ്ങൾ. വായനക്കാരെ ത്രസിപ്പിക്കുന്ന ധീരസാഹസവൃ ത്തികൾ ഏറെയുണ്ട് ഗ്രീക്ക് പുരാണങ്ങളിൽ. വികസ്വര മായ ഒരു സമൂഹത്തിന്റെ ഭാവനകളാണിവ. മനുഷ്യർക്ക് ജീവിതം എന്നും എവിടെയും പോരാട്ടമാണ്. ഗ്രീക്ക് ദൈവ ങ്ങൾ മഹത്ത്വവത്ക്കരിക്കപ്പെട്ട ദൈവങ്ങളാണെന്ന് പറ യാറുണ്ട്. അതുകൊണ്ട് ദൈവങ്ങൾക്കും ജീവിതം പോരാട്ടം തന്നെയാണ്.

പോരാളികളുടെ കഥകളാണ് ഗ്രീക്കുപുരാണങ്ങളിലുടനീ ളമുള്ളത്. ഹെർക്കുലീസ്, ജെയ്സൺ, പെഴ്സ്യൂസ്, ഹെർമ സ്, അപ്പോളോ തുടങ്ങിയ ധീരയോദ്ധാക്കളാണ് ഈ കഥ കളിലൂടെ പ്രകീർത്തിക്കപ്പെടുന്നത്.

ഈ ധീര നായകന്മാരുടെ കഥകളാണ് കുട്ടികൾക്കു വേണ്ടി ഇവിടെ അവതരിപ്പിക്കപ്പെടുന്നത്. ഈ കൃതിയുടെ രണ്ടാം പതിപ്പ് സസന്തോഷം പുറത്തിറക്കുന്നു.

ചിന്ത പബ്ലിഷേഴ്സ്

ഹെർക്കുലീസ് എന്ന അത്ഭുത ബാലൻ

ഗ്രീക്ക് പുരാണത്തിലെ ശക്തിയുടെയും പോരാട്ടത്തിന്റെയും ദേവനാണ് ഹെർക്കുലീസ്. സ്യൂസ് ദേവന്റെയും ആൽക്കെമിനി യുടെയും പുത്രനായിരുന്നു ഈ അത്ഭുതബാലൻ. സ്യൂസ്ദേ വൻ തന്റെ ഭാര്യയായ ഹീരാദേവി അറിയാതെയാണ് ഹെർക്കു ലീസിനെ വളർത്തിയത്. അഥീനാദേവി അദ്ദേഹത്തിന് എല്ലാ സഹായവും ചെയ്തുകൊടുത്തു. ആൽക്കെമിനിയുടെ കൈക ളിൽ ഹെർക്കുലീസിന്റെ ജീവൻ സുരക്ഷിതമല്ലെന്ന് അഥീനാ ദേവി മനസിലാക്കി. ദേവി ഹെർക്കുലീസിന്റെ അമ്മയുടെ അടുത്ത് ചെന്നു പറഞ്ഞു: "ആൽക്കെമിനീ ഹെർക്കുലീസിന്റെ ജീവൻ അപകടത്തിലാണ്, സ്യൂസ് ദേവന്റെ പത്നി കാര്യങ്ങ ളൊക്കെ അറിഞ്ഞെന്നു തോന്നുന്നു, എങ്ങനെയെങ്കിലും കുട്ടിയെ രക്ഷിക്കണം." ഇതറിഞ്ഞ ആ മാതാവ് ആകെ പരിഭ്രാ ന്തയായി. ഇത്രകാലവും സ്യൂസ് ദേവൻ തങ്ങളെ സംരക്ഷിച്ചു. എന്നാൽ ഹീരാദേവി അറിഞ്ഞാൽ എല്ലാം അവസാനിക്കും. ഹീരാദേവിയുടെ കോപത്തിനുമുമ്പിൽ സാക്ഷാൽ സ്യൂസ് ദേവനു പോലും അടിപതറിപ്പോകും. ഇനി എന്താണൊരു പോംവഴി? ഹെർക്കുലീസാകട്ടെ ഇതൊന്നുമറിയാതെ അമ്മയുടെ മടിയിലിരുന്നു ചിരിച്ചുകളിക്കുകയാണ്. അവന്റെ പുഞ്ചിരിയുടെ മുമ്പിൽ അഥീനാദേവിയുടെ മനസലിഞ്ഞു. ദേവി പറഞ്ഞു: "ഒര

മ്മയുടെ ദുഃഖം എനിക്കറിയാം. തൽക്കാലം ഒരു പോംവഴിയേ ഉള്ളൂ, കുട്ടിയെ എന്നെ ഏൽപ്പിക്കുക, ഞാൻ അവനെ സംരക്ഷി ച്ചുകൊള്ളാം." അങ്ങനെ മനസ്സില്ലാമനസ്സോടെ ആ അമ്മ തന്റെ പ്രിയപുത്രനെ അഥീനാദേവിയെ ഏൽപ്പിച്ചു.

അഥീനാദേവിക്ക് ഹെർക്കുലീസ് വലിയ പോരാളി ആയിത്തീ രുമെന്ന് ഉറപ്പായിരുന്നു. ദേവലോകത്തെ ശക്തരിൽ ശക്തനായി അവൻ മാറും. പക്ഷേ, ഹീരാദേവി അറിഞ്ഞാൽ എല്ലാം അവ സാനിക്കും. അതുകൊണ്ട് ഈ പുത്രനെ സൂത്രത്തിൽ ഹീരാദേ വിയെത്തന്നെ ഏൽപ്പിക്കുക. അതുമാത്രമേ മാർഗമുള്ളൂ. അതിനുള്ള തന്ത്രങ്ങളുമായാണ് ഹെർക്കുലീസിനെയും കൊണ്ട് അഥീനാദേവി മടങ്ങിയത്.

ഹെർക്കുലീസിനെയും എടുത്തുകൊണ്ട് അഥീനാദേവി കുറെ ദൂരം നടന്നു. അങ്ങനെ നടന്ന് അവർ കല്ലും മുള്ളും നിറഞ്ഞ വിജനമായ ഒരു സ്ഥലത്തെത്തി. ദേവി കുട്ടിയെ അവിടെ ഉപേക്ഷിക്കാൻ തീരുമാനിച്ചു. ഇത് ആരുകണ്ടാലും എന്തൊരു ദുഷ്ടസ്ത്രീയാണിവർ! എന്നു പറഞ്ഞുപോകും. ആരാരുമില്ലാത്ത കല്ലും മുള്ളും നിറഞ്ഞ, വിഷസർപ്പങ്ങൾ ഒളി ച്ചുകഴിയുന്ന ഈ പ്രദേശത്ത് ഹൃദയമുള്ളവർ ആരെങ്കിലും ഇത്ര ഓമനത്വമുള്ള ഒരു പിഞ്ചുകുഞ്ഞിനെ ഉപേക്ഷിച്ചുപോകുമോ? അത് സ്വന്തം കുഞ്ഞല്ലെങ്കിൽക്കൂടി? പക്ഷേ അഥീനാദേവിയുടെ മനസിലിരിപ്പ് ആരറിയുന്നു. അവർ കുഞ്ഞിനെ അവിടെ കിടത്തി നേരെ പോയത് സാക്ഷാൽ ഹീരാദേവിയുടെ അടുത്തേക്കാണ്. ആരെയാണോ ഈ കുട്ടി പേടിക്കേണ്ടത് ആ ദേവിയെത്തന്നെ അതാ അഥീനാദേവി കുട്ടിയെ ഉപേക്ഷിച്ച സ്ഥലത്തേക്ക് കുട്ടി ക്കൊണ്ടുവരുന്നു. കുട്ടി നിർത്താതെ കരയുകയായിരുന്നു. കുട്ടി യുടെ കരച്ചിൽ ലക്ഷ്യമാക്കി രണ്ടു ദേവതകളും നടന്നു. അവരെക്കണ്ടതും കൈകൾ മേലേയ്ക്കുയർത്തിക്കൊണ്ട് കൊച്ചു ഹെർക്കുലീസ് കരച്ചിലിന്റെ ശക്തികൂട്ടി. "ദേവീ നോക്കൂ, എന്തൊരു ഓമനത്തമുള്ള കുഞ്ഞ്. ആരോ ഉപേക്ഷിച്ച് പോയ താണെന്നു തോന്നുന്നു" എന്നു പറഞ്ഞുകൊണ്ട് അഥീന കുട്ടിയെ എടുത്ത് ഹീരാദേവിയുടെ കൈയിൽ കൊടുത്തു.

ഹീരാദേവിക്ക് ആ കുട്ടിയോട് അനുകമ്പതോന്നി. ഒരമ്മയുടെ സ്നേഹവാത്സല്യങ്ങൾ അവരിൽ ഉണർന്നു. ഹീരാദേവി കൊച്ച്

ഹെർക്കുലീസിനെ മുലയൂട്ടാൻ തുടങ്ങി. അമ്മിഞ്ഞപ്പാലിന്റെ മധുരം നുണഞ്ഞതും ഹെർക്കുലീസ് കരച്ചിൽ നിർത്തി. അപ്പോളതാ അവിടെ ഒരത്ഭുതം സംഭവിക്കുന്നു, കുട്ടി മെല്ലെ മെല്ലെ വളരാൻ തുടങ്ങി. ഇതുകണ്ട് പരിഭ്രമിച്ച ഹീരാദേവി കുട്ടിയെ അഥീനയുടെ കൈയിൽ കൊടുത്തു. ഇത് ഒരു കുട്ടി യില്ല ഭീകര സത്വമാണ്. അവൻ പാലുകുടിച്ചപ്പോൾ എന്തൊരു വേദനയായിരുന്നു. ഹീരാദേവിയുടെ ഈ വാക്കുകൾ അഥീനയെ വേദനിപ്പിച്ചു. ഹെർക്കുലീസിന്റെ വായിൽനിന്നും മുലപ്പാൽ കവി ഞ്ഞൊഴുകി. അതിന്റെ അടയാളം പ്രപഞ്ചത്തിൽ ഇന്നും നില നിൽക്കുന്നു; അതാണ് മിൽക്കി വേ അഥവാ ക്ഷീരപഥം.

ഹീരാദേവിയുടെ മുലപ്പാൽ കുടിച്ചതുകൊണ്ടാണത്രെ ഹെർക്കുലീസ് ഇത്ര ശക്തിമാനായതെന്നാണ് വിശ്വാസം. "ഹീരാ ദേവിയുടെ മഹത്വം" എന്ന് ഹെർക്കുലീസ് ജനിച്ചുവീണപ്പോൾ സ്യൂസ് ദേവൻ വിളിച്ചത് അങ്ങനെ അന്വർഥമായി.

ഹെർക്കുലീസ് യുവാവായപ്പോൾ

യുവാവായ ഹെർക്കുലീസ് അതിശക്തിമാനും സുന്ദരനു മായിരുന്നു. തേപ്സിയൂസ് രാജാവിന്റെ അതിഥിയായി ഹെർക്കു ലീസ് താമസിക്കുന്ന കാലം. അവിടത്തെ ഹെലിക്കോൺ മല യിൽ അതിശക്തനും ഉപദ്രവകാരിയുമായ ഒരു സിംഹം താമ സിച്ചിരുന്നു. അവൻ മലയിറങ്ങിവന്ന് ജനങ്ങളെ കൊന്നുതി ന്നാൻ തുടങ്ങി. സിംഹത്തിന്റെ ശല്യം സഹിക്കാനാകാതെ രാജാവും പ്രജകളും ഭയന്നു കഴിയുകയാണ്. ഈ സിംഹത്തെ എങ്ങനെയെങ്കിലും വകവരുത്തണമെന്ന് രാജാവ് ഹെർക്കുലീ സിനോടപേക്ഷിച്ചു. അമ്പതുദിവസത്തെ പരിശ്രമത്തിനൊടുവിൽ ഹെർക്കുലീസ് സിംഹത്തെ കൊന്നു. ഹെലിക്കോൺ മലയിലെ ഒലിവു വൃക്ഷത്തിന്റെ ശാഖകൊണ്ടാണ് ഹെർക്കുലീസ് സിംഹത്തെ വകവരുത്തിയത്. പിന്നീട് സിംഹത്തിന്റെ തോൽ അയാൾ ഉടുവസ്ത്രമായി ഉപയോഗിക്കുകയും സിംഹത്തിന്റെ താടിയെല്ല് ആയുധമാക്കുകയും ചെയ്തു.

ഹീരാദേവിക്ക് ഹെർക്കുലീസിനോടുള്ള ദേഷ്യം അവസാ നിച്ചിരുന്നില്ല. അവൻഒരു വീരശൂര പരാക്രമിയായി നാടുകുലു ക്കിനടക്കുന്നത് ദേവിക്ക് ഇഷ്ടമായില്ല. അങ്ങനെ അസൂയമൂത്ത ദേവി തന്റെ ദിവ്യശക്തി ഉപയോഗിച്ച് ഹെർക്കുലീസിനെ ഭ്രാന്ത നാക്കി. സ്വതവേ ശക്തനും പരാക്രമിയുമായ ഹെർക്കുലീസിന്

ഭ്രാന്തുകൂടി വന്നാൽ പിന്നെ പറയാനുണ്ടോ. കണ്ണിൽക്കണ്ട
തെല്ലാം അവൻ നശിപ്പിക്കാൻ തുടങ്ങി. സ്വന്തം സഹോദരന്റെ
പുത്രനായ ഇയോലാവുസിനെ ഭ്രാന്തുമൂത്ത് ഹെർക്കുലീസ്
വധിച്ചു. അവിടെയും കുഴപ്പങ്ങൾ അവസാനിച്ചില്ല. ഹെർക്കു
ലീസിന്റെ സ്വന്തം മക്കൾ ആറുപേർ ആയുധപരിശീലനം നട
ത്തുകയായിരുന്നു. ആയുധത്തിന്റെ മുഴക്കങ്ങൾ കേട്ട ഹെർക്കു
ലീസിന്റെ ഭ്രാന്തു മൂർച്ഛിച്ചു. കലികയറിയ ഹെർക്കുലീസ് ഈ

ആരുമക്കളെയും നിഷ്കരുണം കൊന്നുകളഞ്ഞു. എല്ലാവരാലും വെറുക്കപ്പെട്ടവനായി ഹെർക്കുലീസ് മാറി. ജനങ്ങൾ ആരാധി ച്ചിരുന്ന അയാളെ കണ്ടാൽ ആളുകൾ ഓടിയൊളിക്കാൻ തുട ങ്ങി. കുട്ടികൾക്ക് അയാൾ പേടിസ്വപ്നമായി.

ഈ ഭ്രാന്തുമാറ്റാൻ സാക്ഷാൽ സ്യൂസ് ദേവനുപോലും കഴി യില്ല എന്ന് കരുതിയിരിക്കുമ്പോൾ ഒരുനാൾ അതാ ഹെർക്കു ലീസിന്റെ ഭ്രാന്തുമാറുന്നു. താൻ ചെയ്ത തെറ്റുകൾ എന്തൊക്കെ യാണെന്നറിഞ്ഞ അയാൾ കുറ്റബോധം കൊണ്ട് നീറിപ്പിടഞ്ഞു. ഇനി ജനങ്ങളുടെ മുഖത്ത് താൻ എങ്ങനെ നോക്കും? ഈ പാപ ത്തിന് എങ്ങനെ പരിഹാരം ചെയ്യും. തനിക്ക് ഇനി പഴയ പ്രതാപം തിരിച്ചുകിട്ടുമോ? ഈ വക വിചാരങ്ങളുമായി ഏറെ ക്കാലം ഒരു ഇരുട്ടുമുറിയിൽ ഹെർക്കുലീസ് കഴിഞ്ഞു. പിന്നീട് പാപമോചനത്തിനായുള്ള വഴികൾ അന്വേഷിക്കുന്നതിനിടയി ലാണ് ഹെർക്കുലീസ് മിനിയൻ രാജാവായ തേപ്സിയൂസിനെ പരിചയപ്പെടുന്നത്. ഡെൽഫിയസിൽ ചെന്ന് ശുദ്ധീകരണ കർമ ങ്ങൾ നടത്തുക അതുമാത്രമേ ഏക പോംവഴിയുള്ളൂ എന്ന് രാജാവ് ഹെർക്കുലീസിനെ ധരിപ്പിച്ചു. അങ്ങനെ തേപ്സിയൂസ് രാജാവിന്റെ കൂടെ അയാൾ ഡെൽഫിയസിലേക്ക് യാത്ര തിരിച്ചു.

ഡെൽഫിയസിൽനിന്ന് പാപമോചനം നേടുന്നതോടൊപ്പം ഒരു പ്രവചനവും ഉണ്ടായി. യൂറിസ്ത്യൂസ് രാജാവിന്റെ സേവക നായി ഹെർക്കുലീസ് കഴിയണമെന്നതായിരുന്നു ആ പ്രവച നം. ഈ പ്രവചനം കേട്ട ഹെർക്കുലീസിന് വലിയ നിരാശ തോന്നി. കാരണം വളരെ ദുർബലനായ ഒരു രാജാവായിരുന്നു യുറിസ്ത്യൂസ്. തന്നെപ്പോലെ ബലവാനായ ഒരാൾ ദുർബലനായ ഒരാളുടെ ആജ്ഞകൾ കേട്ട് സേവകനായി കഴിയണമത്രേ. തന്റെ ശക്തിയെ പരിഹസിക്കുവാനല്ലേ ഇങ്ങനെ ഒരു പ്രവചനം. ഇങ്ങ നെയൊക്കെ ചിന്തിച്ചെങ്കിലും മനസില്ലാമനസോടെ ഹെർക്കു ലീസ് ദുർബലനായ ആ രാജാവിന്റെ സേവകനാകാൻ യാത്രതി രിച്ചു. കാരണം ഡെൽഫിയസിന്റെ പ്രവചനങ്ങൾ പാലിച്ചില്ലെ ങ്കിൽ സ്യൂസ് ദേവൻ കോപിക്കും. മാത്രമല്ല പാപ മോചനം കിട്ടു കയുമില്ല.

ഹെർക്കുലീസിന്റെ ഈ തീരുമാനത്തിൽ ദേവന്മാർ സന്തോ ഷിച്ചു. അവർ അയാൾക്ക് നിരവധി സമ്മാനങ്ങൾ നൽകി.

അപ്പോളോ ദേവൻ ഒരു വില്ലും വിശേഷപ്പെട്ട അസ്ത്രങ്ങളും കൊടുത്തു. ഹെർമസ് ദേവൻ മൂർച്ചയേറിയ ഒരു വാൾ കൊടുത്തു. അഥീനിദേവി ഹെർക്കുലീസിന് ഒരു മേലങ്കിയാണ് നൽകിയത്. പോസിഡോൺ ദേവൻ വേഗത്തിൽ ഓടാൻ കഴിവുള്ള കുതിരകളെയും സമ്മാനിച്ചു. ഈ പാരിതോഷികങ്ങളൊക്കെ ഒരു പോരാളിക്ക് യോജിക്കുന്ന സമ്മാനങ്ങൾ തന്നെ. എങ്കിലും ഏറ്റവും വിലമതിക്കാവുന്ന ഒരു സമ്മാനം ഹെർക്കുലീസിന് ലഭിച്ചു. അത് പന്ത്രണ്ട് സർപ്പങ്ങളുടെ തല കൊത്തിവച്ചിരുന്ന ഒരു പരിചയായിരുന്നു. അത് കൊടുത്തത് ഹെർക്കുലീസിന്റെ പിതാവും ദേവന്മാരുടെ ദേവനുമായ സ്യൂസ് ദേവനായിരുന്നു. ഹെർക്കുലീസ് ശത്രുക്കളുമായി ഏറ്റുമുട്ടുമ്പോൾ ഈ പരിച യയിലുള്ള സർപ്പശിരസുകൾ ഭീകരരൂപം പൂണ്ട് ശത്രുവിനെ ഭയപ്പെടുത്തും.

എന്നാൽ ഈ ആയുധങ്ങളൊന്നും ഹെർക്കുലീസ് ഉപയോ ഗിച്ചില്ല. ജന്മംകൊണ്ട് പോരാളിയായ അയാൾ വൃക്ഷക്കൊമ്പു കളായിരുന്നു ആയുധമാക്കിയത്. പ്രകൃതി സമ്മാനിച്ച ഈ ആയു ധമാണ് തന്റെ എല്ലാ വിജയങ്ങൾക്കും ഹെർക്കുലീസിനെ സഹാ യിച്ചത്.

സിംഹവുമായുള്ള പോരാട്ടം

ഡെൽഫിയയിൽനിന്നുള്ള പ്രവചനം അനുസരിച്ച് ഹെർക്കുലീസ് യൂറിസ്ത്യൂസ് രാജാവിന്റെ അടുത്തേക്ക് പോയി. രാജാവ് ഹെർക്കുലീസിനെ സ്വീകരിച്ചു. ഹെർക്കുലീസിനാവട്ടെ വലിയ സന്തോഷമില്ലായിരുന്നു. കാരണം ദുർബലനായ ഈ രാജാവിനെ സേവിക്കേണ്ടിവന്നതിൽ അയാൾക്ക് ലജ്ജയുണ്ടാ യിരുന്നു. തന്റെ കഴിഞ്ഞകാല പാപങ്ങളാണ് തന്നെ ഈ അവ സ്ഥയിലെത്തിച്ചത്. തന്റെ വിധിയോർത്ത് ഹെർക്കുലീസ് സ്വയം പഴിച്ചു. എന്നാൽ യൂറിസ്ത്യൂസ് രാജാവ് ഹെർക്കുലീസിനെ ഒരു പോരാളിക്ക് ചേർന്ന വിധം സ്വീകരിച്ചു. മാത്രമല്ല സാഹസിക മായ ഒരു ജോലി ഏൽപ്പിക്കുകയും ചെയ്തു. നിയോമലകളിൽ വിഹരിച്ചുകൊണ്ടിരുന്ന അതിഭയങ്കരനായ ഒരു സിംഹത്തെ കൊല്ലുവാനാണ് രാജാവ് നിർദേശിച്ചത്. ആയുധങ്ങൾകൊണ്ട് സിംഹത്തെ കൊല്ലുക അസാധ്യമായിരുന്നു. ഈ ഭൂമിയിലെ ഒരാ യുധംകൊണ്ടും അതിനെ കീഴ്പ്പെടുത്താൻ കഴിയില്ലെന്ന് രാജാവ് ഹെർക്കുലീസിനെ അറിയിച്ചു. സിംഹത്തിന്റെ പരാക്രമങ്ങളിൽ ജനങ്ങളും രാജാവും പേടിച്ചുകഴിയുകയായിരുന്നു.

സിംഹത്തെക്കുറിച്ച് കേട്ടപ്പോഴേ ഹെർക്കുലീസിലെ പോരാളി ഉണർന്നു കഴിഞ്ഞു. പക്ഷേ പേടിത്തൊണ്ടനായ ഈ രാജാവ് പറയുന്നതിൽ വലിയ കാര്യമൊന്നുമില്ലെന്ന് അയാൾക്കു

തോന്നി. ഒരായുധത്തിനും മുറിവേൽപ്പിക്കാൻ കഴിയാത്ത സിംഹ മോ. പാവം രാജാവിന് പേടികൊണ്ട് സ്വബോധവും നഷ്ടപ്പെ ട്ടിരിക്കുന്നു. എന്താണെങ്കിലും ഇങ്ങോട്ടുള്ള വരവുകൊണ്ട് നഷ്ട മൊന്നുമില്ല. കുറെക്കാലമായി തന്നിൽ ഉറങ്ങിക്കിടന്ന പോരാ ട്ടവീര്യത്തെ ജ്വലിപ്പിക്കാൻ കിട്ടിയ നല്ല അവസരം; ഹെർക്കു ലീസ് വിചാരിച്ചു.

ഹെർക്കുലീസിനോടുള്ള പക ഇതുവരെയും അവസാനി ക്കാത്ത ഹീരാദേവിയുടെ നിർദേശപ്രകാരം എത്തിയ സിംഹമാ യിരുന്നു ഇതെന്ന് ആരറിയുന്നു. രണ്ടു വാതിലുകളുള്ള ഗുഹ യിൽ സൈരവിഹാരം നടത്തിക്കൊണ്ടിരുന്ന ഈ മൃഗരാജൻ നാട്ടിലിറങ്ങി മനുഷ്യരെ പിടിച്ചുകൊണ്ടുപോയി ആഹാരമാക്കാ റാണ് പതിവ്. നോക്കണേ ഹീരാദേവിയുടെ ഈ പ്രതികാരത്തിൽ നിരപരാധികളായ എത്ര മനുഷ്യരുടെ ജീവനാണ് ബലിയായത്! ഹെർക്കുലീസിനെ എങ്ങനെയും വകവരുത്തണമെന്ന ഈ ദേവി യുടെ പ്രതികാരബുദ്ധിക്ക് എന്നാണ് മാറ്റമുണ്ടാകുക?

ഹെർക്കുലീസ് സിംഹത്തെ വകവരുത്താൻ ഇറങ്ങിത്തിരി ച്ചു. സൂക്ഷിക്കണം ആയുധങ്ങൾകൊണ്ട് കീഴ്പ്പെടുത്താൻ കഴി യാത്ത ഒരു ഭീകരജീവിയാണത്. രാജാവ് ഹെർക്കുലീസിന് മുന്ന റിയിപ്പ് നൽകി. ഹെർക്കുലീസാവട്ടെ ഭീരുവായ ആ രാജാവിനെ നോക്കി ഒന്നു ചിരിക്കുക മാത്രം ചെയ്തു. ഈ ഹെർക്കുലീസി നുമുന്നിൽ കീഴടങ്ങാത്ത സിംഹമോ. ഇതുപോലെ എത്രയെത്ര സിംഹങ്ങളെ താൻ കാലപുരിക്ക് പറഞ്ഞയച്ചിരിക്കുന്നു; ഈ വിചാരമായിരുന്നു ഹെർക്കുലീസിന്.

ഹെർക്കുലീസ് നേരെപോയത്, കോറിന്തിനും ആർഗോസിനും മധ്യേയുള്ള ക്ലെയോനെ എന്ന ഗ്രാമത്തിലാ ണ്. അവിടെ മൊളോർക്കസ് എന്ന ഒരു ആട്ടിടയനുണ്ടായിരു ന്നു. അയാളുടെ മകനെ കഴിഞ്ഞ ദിവസം സിംഹം ആഹാരമാ ക്കിയിരുന്നു. പുത്രനെ നഷ്ടപ്പെട്ടതിന്റെ ദുഃഖം സഹിക്കാനാ കാതെ ഇനിയെങ്കിലും ഈ ദുരിതത്തിൽനിന്ന് കരകയറാൻ മൊളോർക്കസ് ഹീരാദേവിക്ക് ബലിയർപ്പിക്കാൻ ഒരുങ്ങുകയാ യിരുന്നു. ഈ സന്ദർഭത്തിലാണ് ഹെർക്കുലീസ് അവിടെയെ ത്തുന്നത്. അയാൾ പറഞ്ഞു: "മൊളോർക്കസ് നിങ്ങളുടെ

അരുമസന്താനത്തെ സിംഹം ഭക്ഷിച്ചു. ഇനിയെന്തിനാണ് ബലി യർപ്പിക്കുന്നത്." തനിക്കുമുന്നിൽ വന്നു നിൽക്കുന്ന അതികാ യനെക്കണ്ട് അയാൾ അതിശയിച്ചു. "പിന്നെ ഞാൻ എന്തുചെ

യ്യണം? ഇതൊക്കെറയാൻ നിങ്ങൾ ആരാണ്?" മൊളോർക്കസ് ചോദിച്ചു. ഹെർക്കുലീസ് പറഞ്ഞു: "ഞാൻ ഹെർക്കുലീസ്. ദുഷ്ട നായ ആ സിംഹത്തെ ഞാൻ കൊല്ലാൻ പോവുകയാണ്. മുപ്പത് ദിവസത്തിനുള്ളിൽ ഞാൻ അതിനെ കൊല്ലുകയാണെങ്കിൽ ഹീരാദേവിക്കല്ല സ്യൂസ് ദേവനാണ് നിങ്ങൾ ബലിയർപ്പിക്കേ ണ്ടത്. ഞാനിതാ പുറപ്പെടുകയാണ്, ഞാൻ തിരിച്ചുവന്നില്ലെങ്കിൽ സ്വന്തം ജനതയ്ക്ക് വേണ്ടി ജീവൻ വെടിഞ്ഞ ഒരു ഗ്രീക്ക് വീര പുരുഷനുവേണ്ടിയുള്ള ബലി എനിക്ക് സമർപ്പിക്കുക."

ഉറച്ചകാൽവയ്പുകളുമായി ഹെർക്കുലീസ് നടന്നു നീങ്ങി. സിംഹത്തിന്റെ ഗുഹ കണ്ടുപിടിക്കുകയാണ് ആദ്യത്തെ ജോ ലി. പക്ഷേ ഇവിടെ ആരെയും കാണുന്നില്ലല്ലോ. ആരോട് ചോദി ക്കും. എല്ലാവരും സിംഹത്തെപ്പേടിച്ച് അവിടെനിന്നും നാടുവി ട്ടിരിക്കുന്നു. നടന്നു നടന്ന് ഹെർക്കുലീസ് ട്രെത്തൂസ് മലയിലെ ത്തി. അപ്പോൾ തന്റെ പിന്നിൽ ഒരു ഗർജനം കേട്ട് ഹെർക്കു ലീസ് തിരിഞ്ഞുനോക്കി. അത് താൻ അന്വേഷിച്ച് നടക്കുന്ന സിംഹം തന്നെ. ചോരയൊലിക്കുന്ന ഒരു മനുഷ്യശരീരത്തെയും കടിച്ചെടുത്തുകൊണ്ട് സിംഹം വരികയാണ്. ഹെർക്കുലീസ് യുദ്ധസന്നദ്ധനായി.

പാഞ്ഞുവരുന്ന സിംഹത്തിനുനേർക്ക് ഹെർക്കുലീസ് തന്റെ കൈയിലിരുന്ന കുന്തം എറിഞ്ഞു. കുന്തം ലക്ഷ്യസ്ഥാനം കണ്ടെ ങ്കിലും സിംഹത്തിന്റെ ശരീരത്ത് ഒരു പോറൽപോലും ഏറ്റില്ല. മാത്രമല്ല കുന്തത്തിന്റെ മുനയൊടിയുകയും ചെയ്തു! പലതര ത്തിലുള്ള കുന്തങ്ങൾ അയാൾ സിംഹത്തിനുനേർക്ക് പ്രയോ ഗിച്ചു. പക്ഷേ യാതൊരു ഫലവുമുണ്ടായില്ലെന്നു മാത്രമല്ല എല്ലാ കുന്തങ്ങളുടെയും മുനയൊടിഞ്ഞുപോവുകയും ചെയ്തു. പിന്മാ റാൻ ആ ധീരയോദ്ധാവ് തയാറായിരുന്നില്ല. അടുത്തത് വാൾപ്ര യോഗമായിരുന്നു. തന്റെ ശക്തിമുഴുവൻ വാളിലേക്ക് സംഭരിച്ച് ഹെർക്കുലീസ് സിംഹത്തെ ആഞ്ഞുവെട്ടി. പക്ഷേ, സിംഹ ത്തിന്റെ രോമം പോലും അതുകൊണ്ട് കൊഴിഞ്ഞുവീണില്ല. ലോകം നടുങ്ങുമാറുച്ചത്തിൽ അലറിക്കൊണ്ട് സിംഹമതാ ഹെർക്കുലസീസിന്റെ നേർക്ക് കുതിച്ചുചാടുകയാണ്. ഹെർക്കു ലീസ് ഒഴിഞ്ഞുമാറി. ഹെർക്കുലീസിന്റെ വാളിന്റെ മൂർച്ചയിൽ

ഇതുവരെ ചോരവീഴാതിരുന്നിട്ടില്ല. എന്നാൽ ഈ സിംഹം ആ യവനവീരനെ വല്ലാതെ വലയ്ക്കുകയാണ്. അയാൾ വിഫലമെ ങ്കിലും സിംഹത്തെ വാൾകൊണ്ട് വെട്ടിക്കൊണ്ടിരുന്നു. അവ സാനം ശക്തരിൽ ശക്തനായ ഹെർക്കുലീസിന്റെ വാൾ ഇതാ ആദ്യമായി ഒടിഞ്ഞു തകർന്നിരിക്കുന്നു!

പോരാട്ടം തുടരുകയാണ്. ലോഹം കൊണ്ടുള്ള ഒരായുധ ത്തിനും സിംഹത്തെ മുറിപ്പെടുത്താനാവില്ലെന്ന് ഹെർക്കുലീസ് മനസിലാക്കി. സിംഹത്തിന്റെ ഓരോ കുതിച്ചുചാട്ടത്തിൽനിന്നും അയാൾ ഒഴിഞ്ഞുമാറിക്കൊണ്ടിരുന്നു. വാൾപ്രയോഗം പരാജ യപ്പെട്ടുകഴിഞ്ഞു. ഇനി തന്റെ പ്രിയപ്പെട്ട ആയുധം ഗദ ഉപയോ ഗിക്കുതന്നെ. കുതിച്ചുവരുന്ന സിംഹത്തിനുനേർക്ക് ഹെർക്കു ലീസ് ഗദയുമായി ചാടിവീണു. ഗദയുടെ പ്രഹരമേറ്റപ്പോൾ സിംഹ ത്തിൽനിന്ന് വലിയൊരു ശബ്ദമുണ്ടായി. നാം ഇതുവരെ കേൾക്കാത്ത ശബ്ദം. ശബ്ദം മാത്രമല്ല കാഴ്ചതന്നെ കുറെ നേര ത്തേക്ക് ഇരുണ്ടുപോയി.

ഹെർക്കുലീസിന്റെ ഈ ഗദപ്രയോഗത്തിൽ സിംഹം ചിത റിപ്പോയിരിക്കാം. അതിന്റെ ശബ്ദമായിരിക്കും നാം ഇപ്പോൾ കേട്ട ത്. എന്തായാലും ആ ഭീകര സിംഹത്തിന്റെ കഥ ഇതോടെ കഴി ഞ്ഞല്ലോ. ഇങ്ങനെ ചിന്തിച്ച് നാം കണ്ണുതുറക്കുമ്പോൾ കാണുന്ന കാഴ്ചയോ തീർത്തും അവിശ്വസനീയം. കാരണം ഹെർക്കുലീ സിന്റെ ഗദ അതാ നൂറു കഷണങ്ങളായി ചിതറിക്കിടക്കുന്നു. സിംഹത്തിന് ഒരു പോറലുപോലും ഏറ്റിട്ടില്ല. അവൻ ഇന്നത്തെ പോരാട്ടം മതിയാക്കിയതുപോലെ അതാ ഗുഹയിലേക്ക് കയറി പ്പോകുന്നു.

എന്തുചെയ്യണമെന്നറിയാത്ത ഹെർക്കുലീസ് പകച്ചുനിൽക്കു കയാണ്. മാളത്തിൽ കയറിയ സിംഹം വീണ്ടുമതാ തിരിച്ചുവരു ന്നു. ഹെർക്കുലീസിന് നേർക്കത് ഗർജിച്ചടുക്കുകയാണ്. ഹെർക്കുലീസ് ഉപയോഗിക്കുന്ന എല്ലാ ആയുധങ്ങളും മൃഗരാ ജൻ തകർത്തുകളയുകയാണ്.

പോരാട്ടത്തിന്റെ ദിനങ്ങൾ ഒരോന്നായി കഴിഞ്ഞുകൊണ്ടി രുന്നു. ഹെർക്കുലീസിന്റെ ആയുധങ്ങൾ തകർക്കുന്നതല്ലാതെ അയാളെ കീഴ്പ്പെടുത്താൻ സിംഹത്തിനും കഴിയുന്നില്ല. അങ്ങനെ ഇരുപത്തിഒമ്പതാം ദിവസം എത്തിച്ചേർന്നു. ഇഞ്ചോ

ടിഞ്ച് പോരാട്ടം നടക്കുകയാണ്. എല്ലാ ആയുധങ്ങളും തീർന്നുകഴിഞ്ഞു. ഇനി എന്തുചെയ്യണമെന്ന് ഹെർക്കുലീസിന റിയില്ല. തന്റെ പോരാട്ട ജീവിതത്തിലെ ആദ്യത്തെ അനുഭവം. ഈ സിംഹത്തിന്റെ കൈകൊണ്ട് മരിക്കുവാനാണോ തന്റെ വിധി? അയാൾ സ്യൂസ് ദേവനെ ഓർത്തു. തന്നെ വളർത്തിയ അഥീനിദേവിയെ ഓർത്തു. ഇനി അവസാനത്തെ പോരാട്ടത്തിനു തയ്യാറെടുക്കുകതന്നെ. താൻ തിരിച്ചുവന്നില്ലെങ്കിൽ മൊളോർക്ക സിനോട് പറഞ്ഞ വാക്കുകൾ അയാളുടെ ഓർത്തു. തിരിച്ചുവ ന്നില്ലെങ്കിൽ തനിക്കായി ബലിയർപ്പിക്കുക. ആ വാക്കുകൾ അറംപറ്റുമോ? എന്തുവന്നാലും പോരാടുക തന്നെ. പോരാട്ടമാണ് തന്റെ ജീവിതം. പോരാടിമരിച്ചവൻ എന്ന് തന്നെക്കുറിച്ച് നാളെയുള്ളവർ പറയട്ടെ. ഇനി മല്ലയുദ്ധം. ഇതുവരെ കാണാത്ത ദൃഢനിശ്ചയത്തോടെ അതാ ഹെർക്കുലീസ് സിംഹത്തിന്റെ ഗുഹയിലേക്ക് കയറിപ്പോകുന്നു. സിംഹം ഗുഹയ്ക്കുള്ളിലുണ്ടാ യിരുന്നു.

നിരായുധനായി സിംഹത്തോടൊപ്പം ഗുഹയിലേക്ക് കയ റിയ ഹെർക്കുലീസ് ഗുഹാകവാടങ്ങൾ രണ്ടും അടച്ചുകളഞ്ഞി രിക്കുന്നു. അകത്ത് എന്താണ് നടക്കുന്നത്. യാതൊന്നും അറി യാൻ കഴിയുന്നില്ല. ഒരുപാട് സമയം കഴിഞ്ഞിരിക്കുന്നു. ഹെർക്കു ലീസിനെന്തു സംഭവിച്ചിരിക്കാം. സ്യൂസ്ദേവപുത്രൻ അതിഭീക രനായ ഒരു സിഹത്തിന്റെ പ്രഹരമേറ്റ് മരിച്ചുപോയിരിക്കാം. ഒരാ യുധവും ഏൽക്കാത്ത സിംഹത്തെ ഹെർക്കുലീസ് എങ്ങനെ വക വരുത്താനാണ്? മണിക്കൂറുകൾ കഴിഞ്ഞു. ഗുഹയ്ക്കുള്ളിൽ നിന്ന് ചില ശബ്ദങ്ങൾ, അലർച്ചകൾ കേൾക്കുന്നുണ്ടോ?

നീണ്ട കാത്തിരിപ്പിനൊടുവിൽ അതാ ഗുഹാമുഖം തുറക്ക പ്പെടുന്നു. ആദ്യം ഒരിരുട്ടുമാത്രം. ഒന്നും കാണാൻ കഴിയുന്നി ല്ല. അതാ സിംഹത്തിന്റെ തല പുറത്തേക്കുവരുന്നു. പിന്നെ ഉടൽ. ഹെർക്കുലീസിനെ കാണാനില്ലല്ലോ. സിംഹം ഗർജിക്കുന്നുമില്ല ല്ലോ. ഇതൊക്കെ ഇരുട്ടിലെ അവ്യക്തമായ കാഴ്ചയായിരുന്നു. യാഥാർഥ്യം എന്തായിരുന്നു. ചത്ത സിംഹത്തെ തോളിലേറ്റി ഹെർക്കുലീസ് വരുന്ന കാഴ്ചയാണ് നാമിപ്പോൾ കാണുന്നത്. ഹോ..! ഒരിക്കലും മറക്കാൻപറ്റാത്ത ദൃശ്യമാണിത്.

ഇപ്പോൾ ഗുഹയ്ക്കുള്ളിൽ എന്താണ് നടന്നതെന്നതിന്റെ ചിത്രങ്ങൾ തെളിഞ്ഞുവരുന്നില്ലേ. ഗുഹയ്ക്കുള്ളിൽക്കടന്ന ഹെർക്കുലീസ് സിംഹവുമായി മൽപ്പിടുത്തം നടത്തുകയായിരുന്നു. മണിക്കൂറുകൾ നീണ്ട പോരാട്ടം. അവസാനം സിംഹത്തിന്റെ തല ഹെർക്കുലീസിന്റെ കൈകളിൽ കിട്ടി. ആ അവസരം അയാൾ പാഴാക്കിയില്ല. തന്റെ ബലിഷ്ഠമായ കൈകളിൽ കിടന്ന് മൃഗരാജന്റെ കഴുത്തും തലയും ഞെരിഞ്ഞു. അങ്ങനെ അവസാനം ഭീകരനായ ആ സിംഹത്തെ ഹെർക്കുലീസ് ശ്വാസം മുട്ടിച്ച് കൊന്നു.

ഇന്ന് മുപ്പതാം ദിവസമാണ്. ഹെർക്കുലീസ് സിംഹത്തിന്റെ പിടിയിലകപ്പെട്ടു മരിച്ചുപോയെന്ന് തീർച്ചയാക്കിയ മൊളോർക്കസ് അയാൾക്കുവേണ്ടി ബലിയർപ്പിക്കാനുള്ള ഒരുക്കങ്ങൾ നടത്താൻ തുടങ്ങി. അപ്പോഴാണ് സിംഹത്തിന്റെ ജഡവും തോളിലിട്ട് ഹെർക്കുലീസ് അയാളുടെ അടുത്തേക്കെത്തുന്നത്. ഹെർക്കുലീസിനെ മൊളോർക്കസ് സന്തോഷം കൊണ്ട് കെട്ടിപ്പിടിച്ചു. പിന്നീട് രണ്ടുപേരും ചേർന്ന് സ്യൂസ് ദേവന് ബലിയർപ്പിച്ചു. ആയുധങ്ങൾക്ക് മുറിപ്പെടുത്താൻ കഴിയാത്ത സിംഹത്തിന്റെ തോതോൽ പിൽക്കാലത്ത് ഹെർക്കുലീസ് പടച്ചട്ടയായും തല ശിരോകവചമായും ഉപയോഗിച്ചു.

ഹൈഡ്ര എന്ന ഭീകര സർപ്പം

ഭീകരനായ സിംഹത്തെ വകവരുത്തിയതിനുശേഷം ഹെർക്കുലീസ് മൊളോർക്കസിന്റെ അടുത്തുചെന്നു. "ഞാനിതാ നിങ്ങൾ ആവശ്യപ്പെട്ടതുപോലെ ജനങ്ങളെ കൊന്നു തിന്നുകൊണ്ടിരുന്ന ദുഷ്ടനായ ആ സിംഹത്തെ വകവരുത്തി യിരിക്കുന്നു." ഹെർക്കുലീസിന്റെ ഈ വാക്കുകൾ കേട്ടപ്പോൾ മൊളോർക്കസ് പുച്ഛഭാവത്തിൽ ഒന്നു ചിരിച്ചു. എന്നിട്ട് പറഞ്ഞു: "ഓ അതിൽ വിലയ കാര്യമൊന്നുമില്ല. ആ സിംഹം കുറെക്കാ ലമായി മലയിൽ കഴിയുകയായിരുന്നു. അതുകൊണ്ട് അതിന്റെ ശക്തി ക്ഷയിച്ചുകാണും. ഇതൊക്കെ ആർക്കും ചെയ്യാവുന്ന കാര്യമേ ഉള്ളൂ." രാജാവിന്റെ ഈ മറുപടിയിൽ ഹെർക്കുലീസ് കോപംകൊണ്ട് ജ്വലിച്ചു. പക്ഷേ അയാൾ സ്വയം നിയന്ത്രിച്ചു. കാരണം ഡെൽഫിയയിലെ പ്രവചനം അയാൾക്ക് ഓർമവന്നു. ഭീരുവായ ഈ രാജാവിന്റെ വാക്കുകൾക്കുള്ള മറുപടി തന്റെ കൈകളാണ് പറയേണ്ടത്. പക്ഷേ, എന്തുചെയ്യാം. പാപമോചന ത്തിന്റെ നാളുകളല്ലേ. മിണ്ടാതിരിക്കുന്നതാണ് നല്ലത്.

മൊളോർക്കസ് രാജാവ് ഹെർക്കുലീസിനോട് ആജ്ഞാപിച്ചു: "നീ അത്രയ്ക്ക് വല്ല്യ പോരാളിയാണെങ്കിൽ ലേർണയിലെ ഹൈഡ്രയെ കൊല്ലട്ടെ." ആരാണ് ഈ ഹൈഡ്ര? വല്ല രാക്ഷസനോ മറ്റോ ആയിരിക്കുമോ. എങ്കിൽ ഹെർക്കുലീ സിന്റെ കൈകൊണ്ടുള്ള ഒരു അടി മതി അവൻ കാലപുരി

പൂകാൻ. എന്നാൽ ഹൈഡ്ര എന്ന ഈ പേരിനുള്ളിൽ പത്തി വിടർത്തിനിൽക്കുന്നത് ഭീകരനായ ഒരു സർപ്പമാണ്. എന്നാൽ സാധാരണ രൂപത്തിലുള്ള ഒരു സർപ്പവുമല്ല അത്. നായയുടെ ശരീരവും ഒമ്പത് തലകളുമുള്ള സർപ്പം. നമുക്ക് ഊഹിക്കാൻ പോലും കഴിയാത്തത്ര വിചിത്രമായ ഒരു ജന്തു. ഹൈഡ്രയുടെ ഒമ്പതു തലകളിൽ ഒരെണ്ണത്തെ ആർക്കും കൊല്ലാൻ കഴിയില്ല ത്രേ. അതുമാത്രമോ ഒരു തല മുറിച്ചുമാറ്റിയാൽ അവിടെ ഒമ്പത് തലകൾ പുതിയതായി ഉണ്ടായിവരും. ഈ ഹൈഡ്രയെ കൊല്ലാ നാണ് രാജാവ് ഹെർക്കുലീസിനോട് ആജ്ഞാപിച്ചിരിക്കുന്നത്. നോക്കണേ ഭീരുവായ ഈ രാജാവിന്റെ രാജ്യത്തുതന്നെയാ ണല്ലോ ലോകത്തുള്ള മുഴുവൻ ഭീകരജീവികളും വന്ന് താവള മടിച്ചിരിക്കുന്നത്.

ഹെർക്കുലീസ് ഇല്ലായിരുന്നുവെങ്കിൽ ഈ രാജാവിന്റെ കാര്യം കഷ്ടം തന്നെ. ഭീകരജീവികൾ മുഴുവൻ രാജ്യത്തെ ജന ങ്ങളെ പിടിച്ചുതിന്ന് രാജ്യം തന്നെ അനാഥമാകുമായിരുന്നു. ഏതായാലും ഈ ഭീകരനായ ഹൈഡ്രയെ അതിന്റെ മാളത്തിൽ

വച്ച് തന്നെ നേരിടാൻ ഹെർക്കുലീസ് തീരുമാനിച്ചു.

ഹെർക്കുലീസിനെ കണ്ടതും സർപ്പം പാഞ്ഞടുത്തു. തീ പാറുന്ന അമ്പുകളോടെയാണ് ഹൈഡ്രയെ നേരിടാൻ ഹെർക്കു ലീസ് പോയത്. ഈ അസ്ത്രങ്ങൾ സർപ്പത്തിനുനേർക്ക് ഹെർക്കുലീസ് തുരുതുരെ എയ്തുവിട്ടുകൊണ്ടിരുന്നു. ഈ അമ്പെയ്ത്തിൽ സർപ്പത്തിന്റെ ഓരോ തലയും അറ്റുവീണു. പക്ഷേ ഓരോ തലയുടെയും മുറിപ്പാടിൽനിന്ന് ഒമ്പതുതലവീതം ഉണ്ടാവുമല്ലോ. അതിന് ഹെർക്കുലീസ് ഒരു സൂത്രം പ്രയോഗി ച്ചു. ഒരു വാരിക്കുന്തത്തിൽ തീപ്പന്തം വച്ചുകെട്ടി ആ മുറിപ്പാ ടിനെ കരിയിച്ചുകളയാൻ ഇയോളൂസിനെ ഹെർക്കുലീസ് നിയോ ഗിച്ചു. അവൻ ഹെർക്കുലീസിന്റെ നിർദേശം ഭംഗിയായി അനു സരിച്ചു. അങ്ങനെ ഓരോ തല കൊയ്യുമ്പോഴും ഉടൻതന്നെ കൈയിലുള്ള തീപ്പന്തംകൊണ്ട് ഇയോളൂസ് ആ മുറിവ് കരിച്ചു കളയും. അങ്ങനെ വളരെ സാഹസികമായി ഹൈഡ്രയുടെ എല്ലാ തലകളും ഹെർക്കുലീസ് അരിഞ്ഞുവീഴ്ത്തി. പേടിത്തൊണ്ടൻ രാജാവിന്റെ പേടിസ്വപ്നമായ ഹൈഡ്രയെയും അങ്ങനെ ഹെർക്കുലീസ് നശിപ്പിച്ചു.

സർപ്പത്തിന്റെ ജഡവുമായി ഹെർക്കുലീസ് രാജാവിന്റെ പക്ക ലെത്തി. അദ്ദേഹം ഇതു കണ്ട് ഉള്ളാലെ നടുങ്ങുകയും അത്ഭു തപ്പെടുകയും ചെയ്തുവെങ്കിലും പുറമേ ഇതൊന്നും വലിയ കാര്യമല്ലെന്നമട്ടിൽ ഇരുന്നതേയുള്ളൂ. രാജാവ് പറഞ്ഞു: "ഓ നീ ചെയ്തത് വലിയ കാര്യമാണെന്ന് എനിക്ക് തോന്നുന്നില്ല. ഇയോളൂസിന്റെ സഹായമില്ലായിരുന്നെങ്കിൽ കാണാമായിരുന്നു." ഇതുകേട്ട ഹെർക്കുലീസിന് ദേഷ്യവും നിരാശയും തോന്നി. ജീവൻ പണയം വച്ചിട്ടാണ് ഈ പേടിത്തൊണ്ടനുവേണ്ടി ഈ ജോലികളൊക്കെ ചെയ്യുന്നത്. എല്ലാം കഴിയുമ്പോഴുള്ള ഇയാ ളുടെ ഈ പെരുമാറ്റം എങ്ങനെ സഹിക്കും. പക്ഷേ, പ്രവചന ങ്ങളുടെ കാലാവധി തീർന്നില്ലല്ലോ. ഇങ്ങനെ വിചാരിച്ചുകൊണ്ട് ഒന്നും മിണ്ടാതെ അയാൾ രാജാവിന് മുമ്പിൽ നിന്നു.

അപ്പോൾ രാജാവ് പറയുകയാണ്: "എടോ ഹെർക്കുലീസേ നീ അത്ര വല്യ ശക്തിമാനാണെങ്കിൽ കെറിണിയയിലെ സ്വർണ ക്കൊമ്പുള്ള മാനിനെ കൊന്നു കൊണ്ടുവരട്ടെ." ഹെർക്കുലീസ് ഈ വെല്ലുവിളിയും സ്വീകരിച്ചു.

കെറിണിയയിലെ സ്വർണക്കൊമ്പുള്ള മാൻ! എന്താണ് ഈ

മാനിന്റെ പ്രത്യേകത? ഈ മാനിനോട് രാജാവിന് ഇത്ര വൈരാഗ്യം തോന്നേണ്ട കാര്യമെന്താ?

കെറിണിയയിലെ മാൻ സാധാരണ ഒരു മാൻ ആയിരുന്നില്ല. അതിവേഗത്തിൽ ഓടാൻ കഴിയുന്ന ഒരത്ഭുത മൃഗം. അതിന്റെ കാലുകൾ പിച്ചളകൊണ്ടും കൊമ്പുകൾ സ്വർണം കൊണ്ടുള്ളതുമായിരുന്നു. ശബ്ദത്തേക്കാൾ വേഗത്തിൽ ഓടാൻ കഴിയുന്ന ഈ മാനിനെ പിടിക്കുവാൻ ആർക്കും കഴിഞ്ഞിട്ടില്ല. അതുകൊണ്ട് തന്നെ ജനങ്ങളുടെ കൃഷിസ്ഥലത്തു കടന്നുചെന്ന് ഈ വിരുതൻ വിളവുകളെല്ലാം തിന്നു തീർക്കും. ചുരുക്കത്തിൽ ഈ മാനിനെ പേടിച്ച് ആർക്കും കൃഷിചെയ്യാൻ പറ്റാത്ത അവസ്ഥ. ഈ പേടിത്തൊണ്ടൻ രാജാവിന്റെ രാജ്യത്ത് എങ്ങനെയാണ് ഈ വിചിത്രമായ ഈ മാൻ എത്തിയത്? അതിനുമുണ്ടൊരു കഥ.

ഗ്രീക്കുദേവതയായ ആർട്ടിമസ് ദേവി ചെറുപ്പകാലത്ത് അനാരൂസ് നദിക്കരയിൽ നിൽക്കുമ്പോൾ അതാ അഞ്ച് മാനുകൾ മേഞ്ഞുനടക്കുന്നത് കാണുന്നു. അവയുടെ കൊമ്പുകൾ സ്വർണമാണെന്ന് ദേവി മനസിലാക്കി. എങ്ങനെയെങ്കിലും അവയെ സ്വന്തമാക്കുകതന്നെ. ദേവി വിചാരിച്ചു. ദേവകളല്ലേ, അവർക്ക് അതൊക്കെ നിഷ്പ്രയാസം സാധിക്കും. അങ്ങനെ ആർട്ടിമസ് ദേവി ഈ മാനുകളെ നിമിഷനേരം കൊണ്ട് പിടിച്ചു. എന്നാൽ അഞ്ചെണ്ണത്തിൽ ഒരെണ്ണം എങ്ങനെയോ രക്ഷപ്പെട്ടു കളഞ്ഞു. അങ്ങനെ ദേവിയുടെ കൈയിൽനിന്ന് രക്ഷപ്പെട്ട് കെലഡോൺ നദി മുറിച്ചുകടന്ന് ഓടിവന്ന ആ മാനാണ് ഹെർക്കുലീസിന്റെ കഥയിലെ വില്ലനായി ഇവിടെ വിഹരിക്കുന്നത്.

മാൻ ഇങ്ങനെ കൃഷികൾ നശിപ്പിച്ച് വിലസിനടക്കുന്നുണ്ടെങ്കിലും അതിനെ ആരും കണ്ടിരുന്നില്ല. കാണുന്നതോ താറുമാറായിക്കിടക്കുന്ന കൃഷിഭൂമി മാത്രം. ശബ്ദത്തേക്കാൾ വേഗതയാണല്ലോ ഈ പഹയന്. അതുകൊണ്ടുതന്നെ എങ്ങനെ കാണാൻ.

ഒരു വർഷമാണ് ഹെർക്കുലീസ് മാനിനെ അന്വേഷിച്ച് നടന്നത്. ഹെർക്കുലീസിന്റെ കാലടികൾ കേട്ടാൽ ഒരു മിന്നായംപോലെ മാൻ പാഞ്ഞുപോകും. പിടിക്കാൻ പോയിട്ട് അതിനെ മര്യാദയ്ക്കൊന്നു കാണാൻ പോലും ഹെർക്കുലീസിന് കഴിഞ്ഞില്ല എന്നതാണ് വാസ്തവം. അയാളെ വെല്ലുവിളിക്കാനെന്നപോലെ മാൻ കൃഷിഭൂമികളെല്ലാം തിന്നു തീർത്തുകൊ

ണ്ടിരുന്നു. ഹെർക്കുലീസാകട്ടെ മാനിന്റെ പിന്നാലെ പാഞ്ഞ് തളർന്നതു മിച്ചം. അങ്ങനെ ഒരുദിവസം ക്ഷീണിതനും നിരാശ നുമായി അയാൾ ലാഡൻ നദിയുടെ തീരത്ത് തളർന്നിരിക്കുക യായിരുന്നു. അപ്പോഴതാ സ്വർണക്കൊമ്പുകളുമായി ഈ മാൻ നദിക്കരയിൽ വെള്ളം കുടിക്കുവാനെത്തുന്നു.

ഹെർക്കുലീസിന്റെ സാമീപ്യം മാൻ അറിഞ്ഞിട്ടില്ല. ആരെയും കൂസാതെയാണ് വരുന്നത്. ഹെർക്കുലീസ് അന ങ്ങാതെ നിന്നു. ഒരു ചെറുചലനം മതി അവൻ മിന്നൽപോലെ ഓടി മറയാൻ. ശ്വാസമടക്കിപ്പിടിച്ച് ഹെർക്കുലീസ് അസ്ത്രമെ ടുത്ത് ഉന്നംപിടിച്ചുനിന്നു. മാൻ അടുത്തെത്തിക്കഴിഞ്ഞു. ഒന്ന്.. രണ്ട്.. മൂന്ന്... ഹെർക്കുലീസ് മാനിന്റെ കാലുകൾ ലക്ഷ്യമാക്കി അമ്പു തൊടുത്തുവിട്ടു. മാനിന്റെ പിൻകാലുകൾ രണ്ടിലും അസ്ത്രം തറഞ്ഞുകയറി നിലംപതിച്ചു.

ഒരു വർഷത്തോളം തന്നെ കളിപ്പിച്ച് നടക്കുന്ന മാനിനെയും കൊണ്ട് ഹെർക്കുലീസ് രാജസന്നിധിയിലേക്ക് തിരിച്ചു. വഴിയിൽ വച്ച് അയാൾ ആർട്ടിമസ് ദേവിയെ കണ്ടു. ദേവി നോക്കുമ്പോൾ കാലിൽ അമ്പുതറഞ്ഞ് പിടയുന്ന തന്റെ ഇഷ്ടമൃഗമായ മാൻ അതാ ഹെർക്കുലീസിന്റെ തോളിൽ. ദേവിയുടെ മനസ്സ് നൊന്തു. ഹെർക്കുലീസിന്റെ ഈ പ്രവൃത്തിയിൽ ദേവിക്ക് കോപം അട ക്കാൻ കഴിഞ്ഞില്ല. "ഹെർക്കുലീസ് നീ എന്താണ് ഈ ചെയ്ത ത്. ഇത് എന്റെ ഇഷ്ടമൃഗമാണെന്ന് നിനക്കറിയില്ലേ? ഓ.. ദുഷ്ടാ നീ അതിനെ കൊന്നോ?"

ഇതുകേട്ട ഹെർക്കുലീസ് പറഞ്ഞു: "ദേവി പൊറുക്കണം. ഇത് അങ്ങയുടെ ഇഷ്ടമൃഗമാണെന്ന് ഞാനറിഞ്ഞിരുന്നില്ല. രാജ കൽപ്പനയനുസരിച്ചാണ് ഞാൻ മാനിനെ പിടിച്ചത്. ഡെൽഫി യയിലെ പ്രവചനത്തെ അനുസരിച്ചാണ് ഞാൻ ആ പേടിത്തൊ ണ്ടൻ രാജാവിന്റെ ദാസനായത്."

ഹെർക്കുലീസിന്റെ അവസ്ഥ മനസിലാക്കിയ ആർട്ടിമസ് ദേവി ഹെർക്കുലീസിനോട് ക്ഷമിക്കുകയും അയാളെ പോകാൻ അനുവദിക്കുകയും ചെയ്തു. രാജസന്നിധിയിലെത്തിയ ഹെർക്കു ലീസിന് നല്ല സ്വീകരണമൊന്നുമല്ല അവിടെ ലഭിച്ചത്. ഇതൊന്നും വലിയ കാര്യമല്ല എന്ന ഭാവമാണ് രാജാവിനുള്ളത്. ഇനി എന്ത് ജോലിയാണാവോ ഹെർക്കുലീസിന് കിട്ടാൻ പോകുന്നത്. രാജാവ് തിരുവാ തുറക്കുന്നതുവരെ കാത്തിരിക്കുക തന്നെ.

കാട്ടുപന്നിയും ഹെർക്കുലീസും

സ്വർണക്കൊമ്പുള്ള മാനിന്റെ കഥ കഴിഞ്ഞിരിക്കുന്നു. ഇതു കൊണ്ടൊന്നും രാജാവിന്റെ മുഖം തെളിയുന്നില്ല. രാജാവ് ഹെർക്കുലീസിന് അടുത്ത പണികൊടുക്കുകയാണ്. "ഹും.. മാനി നെ പിടിച്ചത് വലിയ സംഭവമായി നീ കരുതുന്നുണ്ടെങ്കിൽ നിനക്ക് തെറ്റി ഹെർക്കുലീസെ. അത്രയ്ക്ക് ശക്തിമാനാണെങ്കിൽ നീ എറിമന്തിയൻ കാട്ടുപന്നിയെ ജീവനോടെ പിടിച്ചുകൊണ്ടു വാ.. അപ്പോൾ നോക്കാം."

"ഉവ്വുവ്വ്... അപ്പോൾ അടുത്ത പണിതരാനല്ലേ... രാജാവേ... എനിക്കറിയാം. ഇതു വലിയ ചതിയായിപ്പോയി." ഹെർക്കുലീസ് ഇതൊക്കെ മനസിൽ പറഞ്ഞതാണ് കേട്ടോ. പുറത്ത് പറഞ്ഞത് ഇങ്ങനെയാണ്. "അങ്ങയുടെ ഉത്തരവുപോലെ.."

എറിമന്തൻ കാട്ടുപന്നി. നല്ല പേര്. ആരാണിവൻ? സാധാ രണ കാട്ടുപന്നിയല്ല ഈ എറിമന്തിയൻ എന്ന് പ്രത്യേകം പറ യേണ്ടതില്ലല്ലോ. അവന്റെ തേറ്റയൊന്നു വീശിയാൽ മതി. ഏത് ശക്തിമാനും ആ നിമിഷം ചാകും. എറിമന്തിയാ ഒരു വനപ്രദേ ശമാണ്. പക്ഷേ, കാട്ടിൽ മാത്രമല്ല അവന്റെ പരാക്രമങ്ങൾ. അവൻ നാട്ടിലിറങ്ങി ജനങ്ങളെ ഉപദ്രവിക്കും. ഭീകരനായ ഈ പന്നിയെ പിടിച്ചിട്ടേ തനിക്ക് വിശ്രമമുള്ളൂ എന്ന് ഹെർക്കുലീസ് വിചാരി ച്ചു.

എറിമന്തിയൻ മലനിരകളിലേക്ക് ഹെർക്കുലീസ് പന്നിവേട്ട

യ്ക്കായി പോവുകയാണ്. എവിടെ ഒളിച്ചിരുന്നാലും അവന്റെ അന്ത്യം തന്റെ കൈകൊണ്ട് തന്നെ. ഹെർക്കുലീസ് വിചാരിച്ചു. അങ്ങനെ നടന്നു നടന്നു ചെല്ലുമ്പോൾ അതാ പന്നി മുന്നിൽ നിൽക്കുന്നു. ഹെർക്കുലീസിനെ കണ്ടതും അവൻ ഒരു ഗുഹ യിൽ പോയി ഒളിച്ചു. ഹെർക്കുലീസ് അവനെ പിന്തുടർന്ന് ഗുഹാ മുഖത്തെത്തി. എന്നിട്ട് ഉച്ചത്തിൽ അലറിവിളിച്ചു. പന്നി ഈ അലർച്ചയെ ധൈര്യമുണ്ടെങ്കിൽ ഇറങ്ങി വാടാ എന്നാണ് കേട്ട ത്. തന്റെ ഗുഹയിൽ കടന്നുവന്ന് തന്നെ വെല്ലുവിളിക്കാൻ ഇവ നാരെടാ.. എന്നമട്ടിൽ ഗുഹയിൽനിന്നിറങ്ങിയ പന്നി ഹെർക്കു ലീസിനുനേർക്ക് ചീറിയടുത്തു. തന്റെ മാരകമായ തേറ്റ ഉപയോഗിച്ച് അരിഞ്ഞുവീഴ്ത്തുവാനാണ് ആ ഭീകരജന്തു ശ്രമി ക്കുന്നത്. ഹെർക്കുലീസ് ഓരോ ആക്രമണത്തിൽനിന്നും ഒഴി ഞ്ഞുമാറാൻ ശ്രമിച്ചുകൊണ്ടിരുന്നു. എത്ര ശ്രമിച്ചിട്ടും ഹെർക്കു ലീസിനെ കീഴ്പ്പെടുത്താൻ കഴിയാതെ ആ മൃഗം വലഞ്ഞു. ഹെർക്കുലീസാകട്ടെ മഞ്ഞുമലയുടെ മുകളിലേക്ക് അവനെ ഓടിച്ചു കയറ്റി. എന്നിട്ട് ഹെർക്കുലീസ് താഴെതന്നെ നിന്നു.

ഹെർക്കുലീസ് പിന്നിലുണ്ടെന്നു കരുതിയ പന്നി മല കുറെ ദൂരം കയറി. പിന്നീട് തിരിഞ്ഞുനോക്കുമ്പോളതാ തന്റെ ശത്രു മലയടിവാരത്തുതന്നെ നിൽക്കുന്നു.

ഓ തന്നെ ഭയന്ന് പാവം അവിടെതന്നെ നിൽക്കുകയാണല്ലേ. എന്നാൽ ഇപ്പോ ശരിയാക്കിത്തരുന്നുണ്ട് എന്ന് വിചാരിച്ച് മടയനായ ആ മൃഗം മലമുകളിൽനിന്ന് ഹെർക്കുലീസിന് നേർക്ക് ഒറ്റച്ചാട്ടം. ഹെർക്കുലീസ് ഒഴിഞ്ഞുമാറി. പന്നി അതാ ഹെർക്കുലീസ് ഉണ്ടാക്കിയ കെണിയിൽ കിടന്നു പിടയുന്നു. ശക്തിയും ബുദ്ധിയും ഒരുമിച്ച് ചേർന്ന വീര യോദ്ധാവല്ലേ നമ്മുടെ ഹെർക്കുലീസ്. ഹെർക്കുലീസിനെ തോൽപ്പിക്കാൻ ഒരു പന്നി നോക്കിയാൽ; അവൻ എത്ര ശക്തനായാലും കഴിയുമോ.

പന്നിയെ ജീവനോടെ പിടിച്ചുകൊണ്ടുവരണമെന്നാണ് രാജ കൽപ്പന. അതുകൊണ്ടാണ് ഈ സാഹസമൊക്കെ ഹെർക്കുലീസ് കാണിച്ചത്. അല്ലെങ്കിൽ ഒറ്റയടിക്ക് ഈ ദുഷ്ടമൃഗത്തെ കാലപുരിക്കയക്കാൻ ഹെർക്കുലീസിന് കഴിയാത്തതുകൊണ്ടല്ല.

ജീവനോടെ പിടികൂടിയ പന്നിയെയും തോളിലിട്ടുകൊണ്ട് ഹെർക്കുലീസ് രാജകൊട്ടാരത്തിലേക്ക് നടന്നു.

കൂറ്റൻ കാളകളും
നരഭോജികളായ കുതിരകളും

ഹെർക്കുലീസിന് രാജാവ് അടുത്ത പണികൊടുത്തു. ക്രീറ്റിലെ കൂറ്റൻ കാളയെ ഒറ്റയ്ക്ക് കീഴ്പ്പെടുത്തുക. ജനങ്ങളിൽ ഭയം ജനിപ്പിച്ച് വിലസിനടന്നിരുന്ന ഒറ്റയാനായിരുന്നു ഈ കാള. കൃഷിഭൂമി നശിപ്പിച്ചും ജനങ്ങളെ ഉപദ്രവിച്ചും കഴിഞ്ഞിരുന്ന ഈ കാളയെ കീഴ്പ്പെടുത്തുക വിഷമമായിരുന്നു. അതുകൊണ്ട് തന്നെ അയൽരാജ്യത്തെ ചില രാജാക്കന്മാർ പോലും ഹെർക്കു ലീസിന് സഹായ വാഗ്ദാനവുമായെത്തി. നിങ്ങളുടെ സന്മന സിന് നന്ദി. പക്ഷേ, ഭയങ്കരനായ ഈ കാളയെ ഞാൻ ഒറ്റയ്ക്ക് കീഴ്പ്പെടുത്താൻ കഴിയുമോ എന്ന് നോക്കട്ടെ. അതിനുശേഷ മാവാം സഹായം എന്നു പറഞ്ഞ് ഹെർക്കുലീസ് അവരെ തിരി ച്ചയച്ചു.

കാളയുടെ വായിൽനിന്ന് തീനാളങ്ങൾ വന്നുകൊണ്ടിരുന്നു. ഈ കൂറ്റൻ കാളയെ എങ്ങനെയെങ്കിലും നശിപ്പിച്ചില്ലെങ്കിൽ താൻ ഇതുവരെ ചെയ്ത വീരകൃത്യങ്ങൾക്ക് വിലയില്ലാതാകുമെന്ന് ഹെർക്കുലീസ് മനസിലാക്കി. കാള മുക്രയിട്ടുകൊണ്ടും തീതു പ്പിക്കൊണ്ടും പാഞ്ഞുവരികയാണ്. കാളയും ഹെർക്കുലീസും തമ്മിൽ ഇതുവരെ കാണാത്ത ഒരു പോരാട്ടമാണ് പിന്നീട് അവിടെ നടന്നത്. ദീർഘനേരം കാളയുമായി അയാൾ മല്ലയുദ്ധം നടത്തി. അവസാനം ഒറ്റക്കൈകൊണ്ട് അതിനെ കീഴടക്കി കൊട്ടാ രത്തിലേക്ക് കൊണ്ടുവന്നു.

രാജാവ് ഇതുകണ്ട് അമ്പരന്നു. ഹീരാദേവിയുടെ ഇഷ്ടമൃ
ഗമായതിനാൽ കാളയെ രാജകല്പന അനുസരിച്ച് കൊല്ലാതെ
വിടുകയാണുണ്ടായത്. അങ്ങനെയാണെങ്കിൽ താൻ ഈ
കഷ്ടപ്പെട്ടതെന്തിനാണെന്ന് ഹെർക്കുലീസ് മനസിൽ വിചാരി
ച്ചു.

ഈ സംഭവത്തോടെ ഹെർക്കുലീസിന്റെ പ്രശസ്തി നാനാ
ദിക്കുകളിലേക്കും പടർന്നു. രാജാവ് വെറുതെയിരുന്നില്ല.
ഹെർക്കുലീസിന്റെ ശക്തിയെ പരമാവധി ചൂഷണം ചെയ്യാൻ
തന്നെയാണ് രാജാവിന്റെ തീരുമാനം. ഇതാ അടുത്ത പണി കി
ട്ടിക്കഴിഞ്ഞു. മനുഷ്യരെ പിടിച്ചുതിന്നുന്ന ഏതാനും പെൺകു
തിരകളെ കൊല്ലുക. ത്രാസിയായിലെ രാജാവായ ദിയോമേ
ഡസന്റെ വളർത്തുമൃഗങ്ങളായിരുന്നു ഈ കുതിരകൾ. നരഭോ
ജികളായ കുതിരകളെ വളർത്തുന്ന ഈ രാജാവ് ദുഷ്ടനാണെന്ന്
പ്രത്യേകം പറയേണ്ടതില്ലല്ലോ. ഇരുമ്പ് ചങ്ങലയിലാണ് കുതിര
കളെ ബന്ധിച്ചിരുന്നത്. തൊഴുത്താകട്ടെ പിത്തളകൊണ്ട് നിർമി
ച്ചതും.

തന്റെ രാജ്യത്ത് ആരെങ്കിലും അതിഥികളായി എത്തിയാൽ
ദിയോമേഡസ് രാജാവ് അവരെ നന്നായി സൽക്കരിക്കും. ആതി
ഥ്യമര്യാദയിൽ ഈ രാജാവിനെ വെല്ലാൻ ആരുമില്ലെന്ന്
തോന്നും. പക്ഷേ, അവർ പിറ്റേദിവസത്തെ പ്രഭാതം കാണില്ല
എന്നതാണ് സത്യം. അന്നു രാത്രിതന്നെ രാജാവ് ഈ അതിഥി
കളെ കൊന്ന് പെൺകുതിരകൾക്ക് ആഹാരമായി നൽകും.

ഈ അപകടകാരികളായ കുതിരകളെ വധിക്കാനാണ്
ഹെർക്കുലീസിന് നിർദേശം കിട്ടിയിരിക്കുന്നത്. ഇത്തവണ
ഹെർക്കുലീസ് തന്റെ ഉദ്യമത്തിന് ഇറങ്ങിത്തിരിച്ചത് ഒറ്റയ്ക്കാ
യിരുന്നില്ല. ധാരാളം സേവകന്മാരെയും അയാൾ കൂടെക്കൂട്ടി.

അങ്ങനെ ദിയോമേഡസിന്റെ കൊട്ടാരത്തിലേക്കാണ് അവർ
പോകുന്നത്. അവിടെയാണല്ലോ ഈ കുതിരകൾ മനുഷ്യമാംസം
ഭക്ഷിച്ച് കഴിയുന്നത്. ഹെർക്കുലീസിനെ രാജാവ് സന്തോഷ
ത്തോടെ സ്വീകരിച്ചു. രാജാവിന്റെ ആതിഥ്യമര്യാദയിൽ ആരും
മയങ്ങിപ്പോകും. അത്ര ഗംഭീരമായ സ്വീകരണമാണ് രാജാവ്
ഓരോ അതിഥികൾക്കും നൽകുന്നത്. രാജാവിന്റെ മനസിലി
രിപ്പ് അറിയാതെ അതിഥികൾ രാജാവിന്റെ സ്വീകരണത്തിൽ മയ
ങ്ങിപ്പോകും. ഹെർക്കുലീസിനെയും അനുയായികളെയും സ്വീക

രിക്കാൻ രാജാവിന് പ്രത്യേക ഉത്സാഹമായിരുന്നു. ഹെർക്കുലീ സിന്റെ ശരീരം കണ്ട് രാജാവ് ചിന്തിച്ചു. കൊള്ളാം തന്റെ കുതി രകൾക്ക് കുറെ നാളത്തേക്ക് കുശാലായി. ഇന്നു രാത്രിതന്നെ ഇവന്റെ കഥകഴിക്കണം.

രാത്രിയിൽ നന്നായി ഭക്ഷണംകഴിച്ചുറങ്ങുമ്പോൾ ഹെർക്കു ലീസിനെ പിടിച്ചുകൊട്ടി വധിക്കുവാനുള്ള ഏർപ്പാടുകൾ ചെയ്തുവച്ചിട്ടാണ് രാജാവ് ഉറക്കയിലേക്ക് പോയത്. ഹെർക്കു ലീസാവട്ടെ രാജാവിന്റെ പദ്ധതികൾ മനസിലാക്കിയിരുന്നു. ഹെർക്കുലീസ് തന്റെ കൂടെ വന്ന അനുയായികളെ സൈന്യത്തെ തുരത്താൻ സജ്ജരാക്കിനിർത്തി.

പ്രതീക്ഷിച്ചതു തന്നെ സംഭവിച്ചു. പാതിരാത്രികഴിഞ്ഞതും അതാ ഹെർക്കുലീസിനെ കൊല്ലാൻ രാജാവിന്റെ സൈന്യം ഇരു ട്ടിന്റെ മറപറ്റി എത്തുന്നു. ഹെർക്കുലീസിന്റെ അനുയായികൾ ഇത് കാത്തിരിക്കുകയായിരുന്നു. അവർ ശത്രുക്കളുടെ മേൽ ചാടി വീണു. പിന്നെ നടന്നത് പൊരിഞ്ഞ യുദ്ധമായിരുന്നു. ഹെർക്കു ലീസിന്റെ അനുയായികൾ രാജാവിന്റെ സൈന്യത്തെ തുരത്തി യോടിച്ചു. ഈ സമയം ഹെർക്കുലീസ് കുതിരലായത്തിലേക്ക്

ചെന്നു. കുതിരകൾക്ക് കാവലിരുന്നവർ ജീവനുംകൊണ്ടോടി. നരഭോജികളായ കുതിരകൾ ഹെർക്കുലീസിനു നേർക്ക് പാഞ്ഞ ടുത്തു. എന്നാൽ അതിശക്തിമാനായ അയാൾ കുതിരകളെ കടൽ ത്തീരത്തേക്ക് പായിച്ചു. അവിടെ മലയുടെ താഴ്വാരത്ത് അവയെ അടക്കിനിർത്തി.

ദിയോമേഡസ് രാജാവ് വലിയൊരു സൈന്യവുമായി ഹെർക്കുലീസിനെ പിന്തുടരുന്നുണ്ടായിരുന്നു. ദൂരെനിന്നും സൈന്യത്തിന്റെ ആരവം ഹെർക്കുലീസ് കേട്ടു. അയാൾ ഉടൻതന്നെ കടൽത്തീരത്തുചെന്ന് പെട്ടെന്ന് ഒരു കനാൽ നിർമിച്ച് വെള്ളം തുറന്നു വിട്ടു. കനാലിലൂടെ കടൽ കരയിലേക്ക് ഇരച്ചു കയറി. പാഞ്ഞടുക്കുന്ന ശത്രുസൈന്യം ഈ കടൽക്ഷോഭ ത്തിൽപ്പെട്ട് മുങ്ങിത്താണു.

എങ്കിലും രാജാവും അവശേഷിച്ച കുറച്ചുപേരും ഹെർക്കു ലീസിനെ ആക്രമിക്കാൻ തയാറായി മുന്നോട്ടുവന്നു. ഹെർക്കു ലീസ് അവരോട് ഒറ്റയ്ക്ക് നിന്ന് പോരാടി. അവസാനം നരഭോ ജികളായ കുതിരകളെ പോറ്റുന്ന ദുഷ്ടനായ ആ രാജാവ് മാത്രം അവശേഷിച്ചു. അയാൾ അലറിക്കൊണ്ട് ഹെർക്കുലീസിന് നേർക്ക് പാഞ്ഞടുത്തു. നരുന്തുപോലത്തെ ഈ രാജാവ് ഹെർക്കുലീസിന് ഒരു പ്രശ്നമാണോ. അയാൾ തന്റെ ഗദ യെടുത്ത് രാജാവിനു നേർക്ക് ഒറ്റവീശുകൊടുത്തു. അങ്ങനെ ദിയോമേഡസ് രാജാവിന്റെ കഥ കഴിഞ്ഞു. സമുദ്രതീരത്ത് രക്ത ഗന്ധം ആസ്വദിച്ച് മത്തരായിത്തീർന്ന നരഭോജികളായ കുതിര കൾക്ക് മുമ്പിലേക്ക് രാജാവിന്റെ ശരീരം ഹെർക്കുലീസ് എറിഞ്ഞുകൊടുത്തു. വിശന്നുവലഞ്ഞുനിന്നിരുന്ന ആ കുതിര കൾ തന്റെ യജമാനന്റെ ശരീരം മുഴുവനായി തിന്നു തീർത്തു.

മനുഷ്യരെ തിന്നുന്ന കുതിരകളെ ഹെർക്കുലീസ് രാജാവി നുമുമ്പിലെത്തിച്ചു. ഇതാ അങ്ങ് പറഞ്ഞതുപോലെ അപകട കാരികളായ ഈ കുതിരകളെ ഞാൻ ജീവനോടെ കൊണ്ടുവ ന്നിരിക്കുന്നു. രാജാവ് പേടിച്ചുവിറച്ചുകൊണ്ട് ആജ്ഞാപിച്ചു: "നരഭോജികളായ ഈ കുതിരകളെ അഴിച്ചുവിടുക, അവ എങ്ങോട്ടെങ്കിലും പൊയ്ക്കോട്ടെ." അങ്ങനെ കുതിരകൾ സ്വത ന്ത്രരായി. പക്ഷേ, ഹെർക്കുലീസിനെ ഭയന്ന് അവ ഒളിമ്പിയ മലയിലേക്ക് ഓടിപ്പോവുകയാണുണ്ടായത്. പിന്നീട് അവിടെയുള്ള വന്യജീവികൾ ഈ കുതിരകളെ കൊന്നുതിന്നു.

സ്വർണ ആപ്പിളുകൾ വിളയുന്ന തോട്ടം

ഹെർക്കുലീസിന്റെ വീരകൃത്യങ്ങൾ അവസാനിക്കുന്നില്ല. രാജാവിന്റെ ആജ്ഞകൾ എതിർക്കാതെ അനുസരിക്കുക എന്നതായിരുന്നല്ലോ ഹെർക്കുലീസിന്റെ വിധി. ഹീരാദേവിയുടെ ആപ്പിൾ തോട്ടത്തിൽ നിന്ന് സ്വർണ ആപ്പിൾ കൊണ്ടുവരിക. ഈ രാജാവിന് തലയ്ക്ക് കാര്യമായ അസുഖമുണ്ടെന്നു തോന്നുന്നു. ഹീരാദേവിക്ക് തന്നോടുള്ള ശത്രുത ആർക്കാണറിയാത്തത്. തന്നെ എങ്ങനെയെങ്കിലും നശിപ്പിക്കാൻ വ്രതമെടുത്തുകഴിയുന്ന ദേവിയാണത്. അവരുടെ കണ്ണിൽപ്പെടാതെ നടക്കാനാണ് താൻ ശ്രമിക്കുന്നത്. അപ്പോഴാണ് അവരുടെ തോട്ടത്തിൽച്ചെന്ന് സ്വർണ ആപ്പിൾ കൊണ്ടുവരാൻ ഈ രാജാവ് ആജ്ഞാപിക്കുന്നത്. ഇത് വല്ലാത്ത പരീക്ഷണം തന്നെ. ഇങ്ങനെ പോയി ഹെർക്കുലീസിന്റെ ചിന്തകൾ.

സ്വർണ ആപ്പിളുകൾ വിളയുന്ന ഈ മരം വിവാഹസമ്മാനമായി ഭൂമിദേവി ഹീരാദേവിക്ക് നൽകിയതാണ്. ഹീരാദേവിയുടെ അതി വിശിഷ്ടമായ ഈ തോട്ടം പണ്ട് അറ്റ്ലസിന്റേതായിരുന്നു. സൂര്യദേവന്റെ രഥത്തിൽ കെട്ടിയ കുതിരകൾ ഓരോ ദിവസത്തെയും ഓട്ടം കഴിഞ്ഞ് വിശ്രമിക്കുന്നത് അറ്റ്ലസിന്റെ ഈ തോട്ടത്തിലായിരുന്നു. അറ്റ്ലസിന്റെ ആയിരക്കണക്കിനുള്ള ആടുകളും പശുക്കളുമൊക്കെ ഈ തോട്ടത്തിലെ പുൽമേടുക

ളിൽ സ്വതന്ത്രരായി മേഞ്ഞുനടന്നിരുന്നു. അങ്ങനെയിരിക്കെ ദേവാധിദേവനായ സ്യൂസിന്റെ ശിക്ഷാവിധിപ്രകാരം അറ്റ്ലസിന് ആകാശഗോളം ചുമലിലേറ്റി നിൽക്കേണ്ടിവന്നു. അതോടെ തോട്ടത്തിന്റെ അവകാശം അയാൾക്ക് നഷ്ടമായി. ഹീരാദേവി തോട്ടത്തിന്റെ ചുമതല ഏറ്റെടുത്തു. അവർ ലാഡോൺ എന്ന സത്വത്തെ തോട്ടം കാവൽക്കാരനായി നിയമിച്ചു. നൂറുതലകളുള്ള ലാഡോണിന്റെ ഓരോ തലകൾക്കും വ്യത്യസ്തമായ ഭാഷ സം സാരിക്കാൻ കഴിവുണ്ടായിരുന്നു.

എവിടെയായിരിക്കും ഈ തോട്ടം. ഹെർക്കുലീസിന് യാതൊരു ധാരണയും തോട്ടത്തെക്കുറിച്ചില്ലായിരുന്നു. ആരോട് ചോദിക്കും? ഹീരാദേവി തന്നെക്കണ്ടാൽ അതോടെ തീരും എല്ലാം. ഇങ്ങനെ വിചാരിച്ചുകൊണ്ട് പോ നദീതീരത്തിരിക്കുക യായിരുന്നു ഹെർക്കുലീസ്. നദിയുടെ കുഞ്ഞോളങ്ങൾ അയാ ളുടെ കാലുകളിൽ കുസൃതികാണിച്ചുകൊണ്ടിരുന്നു. ആ ഓള ങ്ങളിലേക്ക് നോക്കിക്കൊണ്ടിരിക്കേ ഹെർക്കുലീസിന്റെ മനസി ലേക്ക് സമുദ്രദേവന്റെ രൂപം തെളിഞ്ഞുവന്നു. സമുദ്രദേവൻ പ്രവാചകനാണ്. അദ്ദേഹത്തോട് ചോദിക്കുകതന്നെ. ഉടൻതന്നെ ഹെർക്കുലീസ് സമുദ്രദേവന്റെ പക്കലേക്ക് നടന്നു. അപ്പോൾ അതാ ആരെസ് ദേവന്റെ പുത്രനായ സിക്നൂസ് ഹെർക്കു ലീസിന്റെ വഴി തടഞ്ഞുനിൽക്കുന്നു. അവൻ ഹെർക്കുലീസിന്റെ മുന്നിൽ ഞെളിഞ്ഞു നിന്ന് വീരവാദം മുഴക്കുകയാണ്: "ആരെടാ നീ? എന്റെ സ്ഥലത്ത് നീ അനുവാദമില്ലാതെ കടന്നു അല്ലേ. ഇനി നിനക്ക് രക്ഷയില്ല. ഇവിടെ ആരു കടന്നാലും അവനോട് ഞാൻ മല്ലയുദ്ധം നടത്തിയിരിക്കും. വിജയിച്ചാൽ മാത്രം നിനക്ക് ഈ വഴി കടന്നു പോകാം."

സ്വന്തം ശക്തികൊണ്ട് ലോകത്തെ വിറപ്പിച്ചിട്ടുള്ള ഹെർക്കു ലീസിനോടാണോ ഈ പയ്യന്റെ വീരവാദം. ഹെർക്കുലീസിന് അവന്റെ വാക്കുകൾ കേട്ട് ചിരിയാണ് വന്നത്. "ഓ അങ്ങനെ തന്നെ. എന്നാൽ മല്ലയുദ്ധം തുടങ്ങുകയല്ലേ?" ഹെർക്കുലീസ് ചോദിച്ചു. ശരി തുടങ്ങുക തന്നെ. യുദ്ധം മുറുകിയപ്പോൾ സിക്നു സിന് കാര്യം മനസിലായി. തന്നോട് മല്ലിടുന്നത് മറ്റാരുമല്ല, സാക്ഷാൽ ഹെർക്കുലീസ് തന്നെ. തന്റെ മകൻ പിടിച്ച പുലി വാൽ ആരെസ് ദേവൻ കാണുന്നുണ്ടായിരുന്നു. ഇനി എങ്ങനെ

യെങ്കിലും തന്റെ മകന്റെ ജീവൻ രക്ഷിക്കണം. യുദ്ധവീര്യം രക്ത ത്തിൽ അലിഞ്ഞുചേർന്ന ഹെർക്കുലീസിനോടാണ് ആളറി യാതെ അവൻ കൊമ്പുകോർത്തിരിക്കുന്നത്.

അങ്ങനെ പിതാവിന്റെ നിർദേശപ്രകാരം സിക്നുസ് കുടുവിട്ട് കുടുമാറി ഒളിച്ചു. മകനുപകരം പിതാവ് മകന്റെ വേഷം സ്വീകരിച്ച് യുദ്ധത്തിന് തയാറായി. ഈ കാഴ്ചകളെല്ലാം സ്യൂസ് ദേവൻ കാണുന്നുണ്ടായിരുന്നു. ആരെസ് ദേവൻ മഹാതന്ത്രശാ ലിയാണ്. തന്റെ മകനായ ഹെർക്കുലീസ് ശക്തിമാനാണ്. പക്ഷേ, നേരേ വാ നേരേ പോ, എന്നതല്ലേ അവന്റെ സ്വഭാവം. എന്തെങ്കിലും തന്ത്രങ്ങളിലൂടെ ഹെർക്കുലീസിനെ ആരെസ് ദേവൻ വകവരുത്തുമോ എന്ന് സ്യൂസ് ദേവൻ ഭയപ്പെട്ടു. തന്റെ മകനെ അയാളിൽനിന്ന് എങ്ങനെയെങ്കിലും രക്ഷിക്കണം. സ്യൂസ് ദേവൻ തന്റെ ചക്രായുധം ഹെർക്കുലീസിനും ആരെസ് ദേവനും ഇടയിലേക്ക് ചലിപ്പിച്ചു. ഉടൻ ഒരു വെള്ളിടി വെട്ടി. ഇരുവരും നടുങ്ങി മാറി. യുദ്ധം നടത്തരുതെന്നുള്ള സ്യൂസ് ദേവന്റെ ആജ്ഞയാണിതെന്ന് ഹെർക്കുലീസിനും ആരെസ് ദേവനും മനസിലായി. അങ്ങനെ അവർ കൈകൊടുത്തു പിരി ഞ്ഞു.

പറഞ്ഞുവന്ന കഥ ഇതൊന്നുമായിരുന്നില്ലല്ലോ. ഹീരാദേ വിയുടെ തോട്ടത്തിൽനിന്ന് സ്വർണ ആപ്പിൾ കൊണ്ടുവരാനാ ണല്ലോ ഹെർക്കുലീസ് യാത്ര തിരിച്ചത്. പ്രവാചകനായ സമുദ്ര ദേവന്റെ അടുത്തേക്ക് പോകണം. അപ്പോഴാണ് ഈ തടസങ്ങ ളൊക്കെ ഉണ്ടായത്. ഏതായാലും തന്റെ പിതാവിന്റെ അനുഗ്രഹം തന്നോടൊപ്പം എപ്പോഴുമുണ്ട്. അതുകൊണ്ട് ഈ തടസങ്ങളിൽ നിന്നൊക്കെ താൻ നിഷപ്രയാസം രക്ഷപ്പെടുന്നു.

ഇങ്ങനെ ചിന്തിച്ചുകൊണ്ട് ഹെർക്കുലീസ് നടന്നു. പോ നദി യിലെ നദീദേവതമാർ തങ്ങളുടെ നാഥനായ സമുദ്രദേവന്റെ പക്ക ലേക്കുള്ള വഴി പറഞ്ഞുകൊടുത്തു.

ഹെർക്കുലീസ് ചെന്നപ്പോൾ സമുദ്രദേവൻ നല്ല ഉറക്കത്തി ലാണ്. വൃദ്ധനാണ് ഈ സമുദ്രദേവൻ. എത്രയോ കാലമായി ഇങ്ങനെ കഴിയുകയകയല്ലേ. കരയും ജീവജാലങ്ങളും ഉണ്ടാകു ന്നതിനു മുമ്പേ മുപ്പരിവിടെ ഉണ്ടായിരുന്നല്ലോ. ഹെർക്കുലീസ് ഉറങ്ങിക്കിടന്ന കടൽക്കിഴവനെ ഒറ്റപ്പിടുത്തമായിരുന്നു. എന്നിട്ട്

വരിഞ്ഞുമുറുക്കാൻ തുടങ്ങി. കാരണം സമുദ്രദേവനല്ലേ. വഴു
തിപ്പോകാനുള്ള മിടുക്ക് ജന്മസിദ്ധമാണല്ലോ. കുതറിമാറാൻ കിഴ
വൻ പഠിച്ചപണി പതിനെട്ടും നോക്കി. ഹെർക്കുലീസല്ലേ ആള്.
പിടിച്ചാൽ പിടിവിടുമോ. അവസാനം കിഴവൻ വാതുറന്നു: "ദയ
വായി എന്നെ വിടൂ.. ആരാണ് നിങ്ങൾ? നിങ്ങൾക്കെന്താണ്
വേണ്ടത്?"

ഹെർക്കുലീസ് പറഞ്ഞു: "ഞാൻ സ്യൂസിന്റെ പുത്രനായ
ഹെർക്കുലീസാണ്. ഹീരാദേവിയുടെ തോട്ടത്തിലെ ആപ്പിൾ മര
ത്തിൽനിന്ന് സ്വർണ ആപ്പിളുകൾ പറിക്കാനാണ് ഞാൻ വന്നി
രിക്കുന്നത്. എവിടെയാണ് ആ തോട്ടം. എങ്ങനെയാണത് പറി
ക്കാൻ കഴിയുക. ഇതുപറഞ്ഞാലേ ഞാൻ അങ്ങയെ വിടൂ."

ഹെർക്കുലീസാണ് തന്നെ പിടിച്ചിരിക്കുന്നത്. അവൻ
ആവശ്യപ്പെട്ടത് പറഞ്ഞുകൊടുത്തില്ലെങ്കിൽ അവന്റെ കൈപ്പി
ടിയിൽനിന്ന് രക്ഷപ്പെടാൻ കഴിയില്ല. അങ്ങനെ ഹീരാദേവിയുടെ
തോട്ടത്തിലേക്കുള്ള വഴിയും സ്വർണപ്പഴങ്ങൾ കൈവശപ്പെടു
ത്താനുള്ള സൂത്രവും സമുദ്രദേവൻ ഹെർക്കുലീസിന് പറഞ്ഞു
കൊടുത്തു.

കടൽക്കിഴവൻ പറഞ്ഞ വഴിയിലൂടെ ഹെർക്കുലീസ് നട
ന്നു. അതാ അവിടെ ആകാശഗോളവും ചുമലിലേറ്റി അറ്റ്ലസ്
ദേവൻ നിൽക്കുന്നു. അറ്റ്ലസിന്റെ ഈ നിൽപ്പ് കണ്ട് ഹെർക്കു
ലീസിന് പാവം തോന്നി. അനങ്ങാൻപോലും കഴിയാതെ ക്ലേശിച്ച്
നിൽക്കുകയാണ് അദ്ദേഹം. ഹെർക്കുലീസിനെ കണ്ടതും
അറ്റ്ലസ് പറഞ്ഞു: "നിന്റെ അച്ഛൻ എനിക്ക് തന്ന പണികണ്ടോ.
എത്രകാലമായെന്നറിയാമോ ഞാൻ ഈ നിൽപ്പ് തുടങ്ങിയിട്ട്..
അല്ല നീ എങ്ങോട്ടുപോകുന്നു?"

ഹെർക്കുലീസ് കാര്യങ്ങളെല്ലാം അറ്റ്ലസിനോടു പറഞ്ഞു.
അതുകേട്ടതും അദ്ദേഹം ഒരുനിമിഷമാലോചിച്ചു. എന്നിട്ട് പറ
ഞ്ഞു: "സ്വർണ ആപ്പിൾ ഞാൻ പറിച്ചുതരാം. പക്ഷേ നീ എനിക്ക്
ചില സഹായങ്ങളൊക്കെ ചെയ്തുതരണം. അതിനു സമ്മത
മാണോ?"

ഹെർക്കുലീസ് പറഞ്ഞു: "സമ്മതം. എന്താണ് ഞാൻ
ചെയ്തുതരേണ്ടത്?" അറ്റ്ലസ് പറഞ്ഞു: "ആയിരം തലയുള്ള
ആ തോട്ടം കാവൽക്കരനായ സത്വം ലാഡോണെ വധിക്കണം.

എന്റെ ചുമലിൽനിന്ന് ഈ ആകാശഗോളം അൽപ്പനേരത്തക്ക്
നീ ചുമലിലേറ്റണം."

"ശരി സമ്മതിച്ചിരിക്കുന്നു." ഹെർക്കുലീസ് പറഞ്ഞു.
ഉടൻതന്നെ ഭീകരനായ ആ സത്വത്തെ തന്റെ ഒറ്റ അമ്പിനാൽ
വധിച്ചു. അതിനുശേഷം അറ്റ്ലസ് ദേവന്റെ ചുമലിൽനിന്ന്
ആകാശഗോളം ഹെർക്കുലീസ് സ്വന്തം ചുമലിലേക്ക് ഏറ്റുവാ
ങ്ങി. സ്വതന്ത്രനായ അറ്റ്ലസ് തന്റെ പുത്രമാരോടൊപ്പം ആപ്പിൾ
തോട്ടത്തിൽ കടന്നു. മൂന്നു സ്വർണ ആപ്പിളുകൾ അവർ തോട്ട
ത്തിൽനിന്ന് പറിച്ചെടുത്തു.

അറ്റ്ലസ്ദേവൻ ആകാശഗോളവും ചുമലിലേറ്റിനിൽക്കുന്ന

ഹെർക്കുലീസിന്റെ സമീപമെത്തി. അദ്ദേഹത്തിന്റെ കൈയിലിരുന്ന് സ്വർണ ആപ്പിളുകൾ തിളങ്ങി. തന്റെ ഉദ്യമം വിജയിച്ചതിൽ ഹെർക്കുലീസിന് സന്തോഷം തോന്നി. അയാൾ പറഞ്ഞു: "താങ്കൾ പറഞ്ഞതുപോലെ ഞാൻ തോട്ടം കാവൽക്കാരനായ സത്വത്തെ കൊന്നു. ആപ്പിൾ പറിച്ചുകൊണ്ടുവരുന്നതു വരെ ആകാശഗോളവും ചുമന്നിരിക്കുന്നു. ഇനി ആ ആപ്പിളുകൾ എനിക്ക് തന്നുകൊണ്ട് ഈ ആകാശഗോളം ചുമലിൽ സ്വീകരിക്കുക. ഞാൻ രാജാവിന്റെ പക്കലേക്ക് പോകട്ടെ." ഇതുകേട്ട അറ്റ്ലസ് ദേവൻ ഒന്നു ചിരിച്ചു. എന്നിട്ട് പറഞ്ഞു: "എടാ കൊച്ചനേ, സ്വർണ ആപ്പിൾ നിന്റെ രാജാവിന് കൊടുത്തോളാം. നീ കുറച്ചുനാൾ ആകാശഗോളവും ചുമന്നുകൊണ്ട് അവിടെ നിൽക്ക്. നിന്റെ അച്ഛൻ എനിക്ക് തന്ന പണി ഞാൻ മകനെ ങ്കിലും തിരിച്ചുകൊടുക്കണ്ടേ."

ഇങ്ങനെ ഒരു ചതിവ് സംഭവിക്കുമെന്ന് സമുദ്രദേവൻ പറ ഞ്ഞകാര്യം അപ്പോഴാണ് ഹെർക്കുലീസ് ഓർത്തത്. ഇനി ഇതിൽനിന്ന് രക്ഷപ്പെടാൻ എന്താണൊരു വഴി. പെട്ടെന്ന് അയാളുടെ മനസിൽ ഒരു ആശയം തെളിഞ്ഞുവന്നു. തിരിഞ്ഞു നടക്കാൻ തുടങ്ങിയ അറ്റ്ലസിനെ ഹെർക്കുലീസ് വിളിച്ചു. എന്നിട്ട് പറഞ്ഞു: "ശരി നിങ്ങൾ പറഞ്ഞത് ഞാൻ സമ്മതിച്ചിരി ക്കുന്നു. പക്ഷേ എന്റെ ഈ ചുമ്മാട് ഒന്നു ശരിയാക്കിത്തന്നിട്ടു പോകൂ." ഇതുകേട്ട അറ്റ്ലസ് സ്വർണ ആപ്പിൾ നിലത്തുവച്ചിട്ട് ഹെർക്കുലീസിന് ചുമ്മാട് ശരിയാക്കാനായി ആകാശഗോളം സ്വന്തം ചുമലിലേക്ക് സ്വീകരിച്ചു. ഇതുതന്നെ തക്കമെന്ന് കണ്ട് ആപ്പിളുകളുമായി ഹെർക്കുലീസ് യാത്ര തിരിച്ചു. പിന്നിൽനിന്ന് അറ്റ്ലസ് തന്നെ ചീത്തവിളിക്കുന്നതും ദേഷ്യത്താലും നിരാശ യാലും അലറുന്നതും കേൾക്കാമായിരുന്നു.

പ്രൊമിത്യൂസിനെ രക്ഷിച്ച ഹെർക്കുലീസ്

മനുഷ്യരെ സ്നേഹിച്ചകുറ്റത്തിന് ശിക്ഷ അനുഭവിക്കേണ്ടി വന്ന ദേവനായിരുന്നു പ്രൊമിത്യൂസ്. എന്തായിരുന്നു പ്രൊമി ത്യൂസ് ചെയ്ത കുറ്റം. ദേവന്മാരുടെ ലോകത്തുനിന്ന് തീ മോഷ്ടിച്ച് ഭൂമിയിലെ മനുഷ്യർക്ക് നൽകി. സ്യൂസ് ദേവനാണ് അദ്ദേഹത്തെ ശിക്ഷിച്ചത്. മുപ്പതിനായിരം കൊല്ലം ബന്ധനത്തിൽ കിടക്കുക. അതുമാത്രമല്ല, എല്ലാ ദിവസവും ഒരു കഴുകൻ വന്ന് പ്രൊമിത്യൂസിന്റെ കരൾ കൊത്തിത്തിന്നും. പിറ്റേന്ന് പുതിയ കരൾ ഉണ്ടായിവരും. കഴുകൻ എല്ലാദിവസവും കരൾ കൊത്തി പ്പറിച്ചുകൊണ്ടിരിക്കും. വേദനയിൽ പിടയുകയല്ലാതെ മറ്റൊരു മാർഗവും അദ്ദേഹത്തിനില്ലായിരുന്നു.

നിരവധി വീരസാഹസിക പോരാട്ടങ്ങൾ നടത്തി വിജയ ശ്രീലാളിതനായ ഹെർക്കുലീസ് ഒരിക്കൽ പ്രൊമിത്യൂസിനെ ബന്ധിച്ചിരിക്കുന്ന കൊക്കേഷ്യൻ പർവതനിരകളിലെത്തി. അവിടെ ചങ്ങലയിൽ ബന്ധിക്കപ്പെട്ട് വേദനകൊണ്ട് പിടയുന്ന പ്രൊമിത്യൂസിനെ ഹെർക്കുലീസ് കണ്ടു. ആരുടെയും കരളലി യിക്കുന്ന കാഴ്ചയായിരുന്നു അത്. സിംഹത്തിന്റെ ഉടലും കഴു കന്റെ ചിറകും കൊക്കുമുള്ള ഒരു ജീവി വന്ന് പ്രൊമിത്യൂസിന്റെ കരൾ കൊത്തിത്തിന്നുകയാണ്. വേദനകൊണ്ട് പ്രൊമിത്യൂസ് നിലവിളിക്കുന്നു.

തന്റെ പിതാവാണ് ഈ ശിക്ഷ പ്രൊമിത്യൂസിന് നൽകിയ
ത്. പിതാവിനോട് യാചിച്ച് ഈ യാതനയിൽനിന്നും അദ്ദേഹത്തെ
മോചിപ്പിക്കണമെന്ന് ഹെർക്കുലീസ് വിചാരിച്ചു. അയാൾ സ്യൂസ്
ദേവന്റെ അടുത്തെത്തി ഇങ്ങനെ പറഞ്ഞു: "അങ്ങയുടെ ഏറ്റവും
ശക്തനും പ്രിയപ്പെട്ടവനുമായ മകനല്ലേ ഞാൻ. ഞാൻ ഇന്ന്
അങ്ങയോട് ഒരു കാര്യം ആവശ്യപ്പെടാൻ പോവുകയാണ്. പറ്റില്ല
എന്ന് പറയരുത്."

സ്യൂസ് ദേവൻ പറഞ്ഞു: "അതെ നീയെന്റെ പ്രിയപുത്രനാ
ണ്. എന്താണ് നിനക്കുവേണ്ടത് പറയൂ."

"കൊക്കേഷ്യൻ പർവതത്തിൽ ബന്ധിതനായ, കഴുകനാൽ
കരൾ കൊത്തിപ്പറിക്കപ്പെട്ട് വേദനകൊണ്ട് പിടയുന്ന പ്രൊമി
ത്യൂസിനെ അങ്ങ് മോചിപ്പിക്കണം." ഹെർക്കുലീസിന്റെ വാക്കു
കൾ കേട്ട സ്യൂസ് ദേവൻ കുറച്ചുനേരം ഒന്നും മിണ്ടിയില്ല. എന്നിട്ട്
പറഞ്ഞു: "പ്രൊമിത്യൂസിനെ മോചിപ്പിക്കണമെങ്കിൽ പകരം
ആരെങ്കിലും ശിക്ഷ ഏറ്റെടുക്കേണ്ടതുണ്ട്. അല്ലാത്തിടത്തോളം
അയാളെ രക്ഷപ്പെടുത്താൻ എനിക്കുപോലും കഴിയില്ല."

"മനുഷ്യർക്കുവേണ്ടിയാണല്ലോ പ്രൊമിത്യൂസ് ഈ ശിക്ഷ
സഹിക്കുന്നത്. അതുകൊണ്ടുതന്നെ ഏതെങ്കിലും മനുഷ്യരെ
അതിനു നിയോഗിച്ചാലോ?" ഹെർക്കുലീസ് ചോദിച്ചു. "അത്
അസാധ്യം. കഠിനമായ ഈ ശിക്ഷ ഏറ്റുവാങ്ങാനുള്ള കരു
ത്തൊന്നും മനുഷ്യർക്കില്ല. ഒറ്റദിവസത്തെ കഴുകന്റെ ആക്രമ
ണത്തിൽ എത്ര ശക്തനായ മനുഷ്യനും മരിച്ചുപോകും" സ്യൂസ്
ദേവൻ പറഞ്ഞു. അപ്പോൾ പിന്നെ ആർക്കാണതിന് സാധിക്കു
ക. ഹെർക്കുലീസ് നിരാശനായി. അപ്പോൾ സ്യൂസ് ദേവൻ
പറഞ്ഞു: "മരണമില്ലാത്ത ഒരാൾക്കുമാത്രമേ ഈ ശിക്ഷ ഏറ്റെ
ടുക്കാൻ കഴിയൂ. നീ അങ്ങനെ ആരെയെങ്കിലും കണ്ടെത്തി
ക്കൊണ്ടുവാ. അപ്പോൾ ആലോചിക്കാം പ്രൊമിത്യൂസിനെ മോചി
പ്പിക്കുന്ന കാര്യം."

ഇനി പിതാവിന്റെ മുമ്പിൽ തർക്കിച്ചു നിന്നിട്ട് കാര്യമില്ലെന്ന്
ഹെർക്കുലീസ് മനസിലാക്കി. അങ്ങനെയുള്ള ആരെയെങ്കിലും
തനിക്ക് കണ്ടെത്താൻ കഴിയുമോ. പ്രൊമിത്യൂസിന്റെ നിലവിളി
കാതുകളിൽ മുഴങ്ങുകയാണ്. അപ്പോൾ അതാ ആ നിലവിളി
ക്കിടയിലൂടെ മറ്റൊരു നിലവിളിയുടെ ഓർമ ഹെർക്കുലീ

സിനുണ്ടാവുന്നു. പ്രതീക്ഷയുടെ ഒരു പിടിവള്ളിക്കിട്ടിയിരിക്കു കയാണ്. കീരോൻ. അതാണ് അയാളുടെ പേര്. ഒരിക്കൽ ഹെർക്കുലീസിന്റെ ആയുധം യാദൃച്ഛികമായി കാലിൽ വീണ് മുറിവ് പറ്റിയതാണ് കീരോന്. പക്ഷേ, കാലമെത്ര ചെന്നിട്ടും മുറിവ് കരിഞ്ഞില്ല. കരിയാത്തമുറിവിന്റെ വേദനകൊണ്ട് അയാൾ രാപകൽ ഇങ്ങനെ നിലവിളിച്ചുകൊണ്ടിരിക്കും. ഏതായാലും അയാൾ വേദന തിന്നാൻ വിധിക്കപ്പെട്ടവാനാണ്. അപ്പോൾ ഇതു കൂടി ഏറ്റെടുത്തതുകൊണ്ട് പ്രത്യേകിച്ചൊന്നും നഷ്ടപ്പെടാനി ല്ലല്ലോ അയാൾക്ക്. കീരോനെ കാര്യങ്ങളെല്ലാം പറഞ്ഞു മനസി ലാക്കി. അയാൾ ഈ ദൗത്യം ഏറ്റെടുക്കുകയും പ്രൊമിത്യൂസ് മോചിക്കപ്പെടുകയും ചെയ്തു. കീരോൻ അമർത്യത കൈവരിച്ച് പാതാളത്തിലേക്ക് പോവുകയും ചെയ്തു.

ഹെർക്കുലീസിന്റെ കഷ്ടകാലം

വീരനായ ഹെർക്കുലീസിനെ ദൗർഭാഗ്യങ്ങൾ വേട്ടയാടി ക്കൊണ്ടിരുന്നു. പാതാളത്തിലും ഭൂമിയിലും സ്വർഗത്തിലും വിജ യത്തിന്റെ കൊടിപാറിച്ചവനാണ് ഹെർക്കുലീസ്. പക്ഷേ, ഈ സാഹസികതകൾക്കിടയിലും വിജയങ്ങൾക്കിടയിലും ചില അബ ദ്ധങ്ങൾ അയാൾക്ക് സംഭവിക്കാറുണ്ടായിരുന്നു.

ഒരിക്കൽ യുറിത്തൂസ് എന്ന രാജാവിന്റെ ക്ഷണം സ്വീക രിച്ച് ഹെർക്കുലീസ് രാജകൊട്ടാരത്തിലെത്തി. യുറിത്തൂസിന്റെ മകളായ ഇയോലെയെ വിവാഹം കഴിച്ചുകൊടുക്കാമെന്ന് രാജാവ് ഹെർക്കുലീസിന് വാക്കുകൊടുത്തിരുന്നു. പക്ഷേ, ഒരു പരീക്ഷ ണത്തിൽ വിജയിക്കണം. ഹെർക്കുലീസ് ആ വെല്ലുവിളി സ്വീക രിച്ചു. അങ്ങനെയാണ് ഹെർക്കുലീസ് ഈ കൊട്ടാരത്തിലെത്തി യിരിക്കുന്നത്.

യുറിത്തൂസ് രാജാവിന്റെ നാല് ആൺമക്കളെ അമ്പെയ്ത് തോൽപ്പിക്കണം. ഇതായിരുന്നു പരീക്ഷണം. ആയുധങ്ങൾ ഉപ യോഗിക്കുന്നതിൽ പ്രത്യേക വൈദഗ്ധ്യമുള്ള ഹെർക്കുലീസിന് ഈ വെല്ലുവിളി നിസ്സാരമായിരുന്നു. മാത്രമല്ല അപ്പോളോ ദേവൻ സമ്മാനിച്ച വില്ല് അയാളുടെ കൈവശമുണ്ടല്ലോ. അങ്ങനെ അമ്പെയ്ത്തു മത്സരം ആരംഭിച്ചു. യുറിത്തൂസ് രാജാവിന്റെ നാലു മക്കളെയും രാജാവിനെയും ഹെർക്കുലീസ് നിഷ്പ്രയാസം പരാ

ജയപ്പെടുത്തി.

ഇനി രാജാവ് വാക്കുപാലിക്കണം. സ്വന്തം മകളെ ഹെർക്കു ലീസിന് വിവാഹം കഴിച്ചുകൊടുക്കുക എന്ന ചടങ്ങ് മാത്രമേ ഇനി അവശേഷിക്കുന്നുള്ളൂ. പക്ഷേ, രാജാവ് വാക്കുപാലിക്കാൻ തയാറായില്ല. ഹെർക്കുലീസ് തന്റെ മകൾക്ക് യോജിച്ചവനല്ലെന്ന കാരണം പറഞ്ഞുകൊണ്ട് അയാളെ മടക്കി അയക്കാനായിരുന്നു രാജാവിന് ധൃതി. ഹെർക്കുലീസ് ഒന്നും പറയാതെ അപമാനി തനായി കൊട്ടാരം വിട്ടുപോയി. യുറിത്തൂസ് രാജാവിന്റെ ഈ പ്രവൃത്തി ഒരു രാജാവിന് ചേർന്നതല്ലെന്ന സംസാരം പലയിട ത്തുനിന്നും ഉണ്ടായി. അദ്ദേഹത്തിന്റെ മൂന്നുപുത്രന്മാർ രാജാ വിനെ പിന്തുണച്ചു. പക്ഷേ, മൂത്തവനായ ഇഫിത്തൂസ് മാത്രം പിതാവിന്റെ ഈ വഞ്ചനയ്ക്കെതിരെ ശബ്ദമുയർത്തി. ഇഫി ത്തൂസ് പറഞ്ഞു: "അച്ഛൻ ചെയ്തത് കൊടിയ വഞ്ചനയാണ്. ഹെർക്കുലീസ് ഈ മത്സരത്തിൽ വിജയിച്ചതാണ്. വാഗ്ദാനം ചെയ്തതുപോലെ ഞങ്ങളുടെ സഹോദരിയെ ഹെർക്കുലീസിന് വിവാഹം ചെയ്തുകൊടുക്കേണ്ട ബാധ്യത അച്ഛനുണ്ട്." ഇഫി ത്തൂസിന്റെ വാക്കുകൾ രാജാവ് ചെവിക്കൊണ്ടില്ല.

കുറച്ചുനാളുകൾക്ക് ശേഷം യുറിത്തൂസ് രാജാവിന്റെ പന്ത്രണ്ട് കുതിരകളെയും പന്ത്രണ്ട് കഴുതകളെയും കാണാതെ പോയി. ഈ രാജകൊട്ടാരത്തിൽ കയറി മോഷ്ടിക്കാൻ ആര് ധൈര്യപ്പെടും. ഇത് ചെയ്തത് മറ്റാരുമല്ല ഹെർക്കുലീസ് തന്നെ. രാജാവും പുത്രന്മാർക്കും അക്കാര്യത്തിൽ സംശയമുണ്ടായിരു ന്നില്ല. എന്നാൽ ഔട്ടേലിക്കസ് എന്ന കള്ളനാണ് ഈ കുതിരക ളെയും കഴുതകളെയും മോഷ്ടിച്ചത്. ഈ മൃഗങ്ങൾ തന്റെ സ്വന്ത മെന്ന് പറഞ്ഞുകൊണ്ട് ഈ കള്ളൻ ഹെർക്കുലീസിന് അവയെ വിൽക്കുകയും ചെയ്തു. ശുദ്ധഗതിക്കാരനായ ഹെർക്കുലീസ് കൂടുതൽ അന്വേഷണങ്ങളൊന്നും നടത്താതെ കളവുമുതൽ വാങ്ങുകയും ചെയ്തു.

കുതിരകളും കഴുതകളും മോഷ്ടിക്കപ്പെട്ടത് കൊട്ടാരത്തിലും പുറത്തും വലിയ ചർച്ചയായി. രാജാവിന്റെ അഭിമാനത്തിന്റെ പ്രശ്നമായി അത് മാറി. അതുകൊണ്ട് മൃഗങ്ങളെ എങ്ങനെയും കണ്ടുപിടിക്കേണ്ട അവസ്ഥയാണിപ്പോൾ. ആരാണ് അതിന് വേണ്ടി ഇറങ്ങിത്തിരിക്കുക. അവസാനം ഇഫിത്തൂസ് തന്നെ

അതിന് തയാറായി. അച്ഛനോടും അനിയന്മാരോടും യാത്രപറഞ്ഞ്
മോഷ്ടിക്കപ്പെട്ട മൃഗങ്ങളെത്തേടി അയാൾ യാത്രയായി.

ഇഫിത്തൂസിന്റെ ലക്ഷ്യം ഹെർക്കുലീസിന്റെ അടുത്തെ
ത്തുക എന്നതായിരുന്നു. അവിടെ ചെന്ന് ഹെർക്കുലീസിനോട്
സഹായം അഭ്യർഥിക്കുക. ഹെർക്കുലീസിന് അസാധ്യമായി
ഒന്നുമില്ലല്ലോ. അങ്ങനെ മൃഗങ്ങളെ കണ്ടെത്തി രാജാവിന്റെ അഭി
മാനം സംരക്ഷിച്ച ഹെർക്കുലീസിന് തന്റെ മകളെ വിവാഹം
ചെയ്തുകൊടുക്കാതിരിക്കില്ല. ഇതായിരുന്നു ഇഫിത്തൂസിന്റെ
മനസിൽ.

അങ്ങനെ ഇഫിത്തൂസ് ഹെർക്കുലീസിന്റെ അടുത്തെത്തി
ഉണ്ടായ കാര്യങ്ങളെല്ലാം പറയുകയും സഹായം അഭ്യർഥിക്കു
കയും ചെയ്തു. "തീർച്ചയായും ഞാൻ നിങ്ങളെ സഹായിക്കാം.
ഇന്ന് നിങ്ങൾ എന്റെ അതിഥിയായി ഇവിടെ താമസിക്കൂ. കുതി
രകളെയും കഴുതകളെയും നമുക്ക് നാളെ അന്വേഷിക്കാം."
ഹെർക്കുലീസ് പറഞ്ഞു.

കൊട്ടാരത്തിൽ വന്ന് മൃഗങ്ങളെ മോഷ്ടിച്ചത് താനാണെ
ന്നാണ് രാജാവും മക്കളും വിചാരിക്കുന്നതെന്നല്ലേ ഇയാൾ പറ
ഞ്ഞത്. ഇഫിത്തൂസും തന്നെ സംശയിക്കുന്നില്ലേ. ഒരുപക്ഷേ
തന്നെ കള്ളനാക്കി കുടുക്കാനല്ലേ ഇവൻ സൂത്രത്തിൽ ഇവിടെ
വന്നിരിക്കുന്നത്. ഇങ്ങനെ നിരവധി സംശയങ്ങൾകൊണ്ട്
ഹെർക്കുലീസിന് ആ രാത്രി ഉറങ്ങാൻ കഴിഞ്ഞില്ല.

പിറ്റേന്ന് രാവിലെ ഹെർക്കുലീസ് ഇഫിത്തൂസിനെ വലിയ
ഒരു ഗോപുരത്തിന് മുകളിലേക്ക് കൂട്ടിക്കൊണ്ട് പോയി. അവിടെ
വച്ച് ഹെർക്കുലീസ് അവനോട് ചോദിച്ചു: "നിങ്ങളുടെ കുതിര
കളും കഴുതകളും എവിടെയെങ്കിലും മേഞ്ഞുനടക്കുന്നതായി
കാണുന്നുണ്ടോ?"

"ഇല്ല" ഇഫിത്തൂസ് മറുപടി പറഞ്ഞു. ഹെർക്കുലീസ് തന്റെ
മനസിലിരിപ്പ് വെളിപ്പെടുത്തി. "നീ വന്നതിന്റെ ലക്ഷ്യം എനിക്ക്
മനസിലാകില്ലെന്ന് കരുതിയോ. നീയും നിന്റെ അച്ഛനും സഹോ
ദരന്മാരും ചേർന്ന് എന്നെ കള്ളനാക്കാനല്ലേ? ഒരിക്കൽ നിന്റെ
അച്ഛൻ എന്നെ പറ്റിച്ചു. ഇനിയും എന്നെ വഞ്ചിക്കാനാണ്
ഉദ്ദേശ്യം അല്ലേ?"

ഹെർക്കുലീസിന്റെ മുഖം കോപത്താൽ ജ്വലിച്ചു. ഇഫി

ത്തൂസ് എന്തെങ്കിലും മറുപടി പറയുന്നതിനുമുമ്പുതന്നെ ഹെർക്കുലീസ് അവനെ ഗോപുരത്തിൽനിന്ന് ഒറ്റത്തള്ളു വച്ചു കൊടുത്തു. വലിയ ഉയരത്തിൽ നിന്ന് ഇഫിത്തൂസ് നിലവിളിക ളോടെ നിലംപതിച്ചു. തന്റെ നിരപരാധിത്വം വെളിപ്പെടുത്താതെ ആ പാവം അങ്ങനെ പിടഞ്ഞുമരിച്ചു.

യുറിത്തൂസ് രാജാവിന്റെ നിരപരാധിയായ മകൻ ഇഫിത്തൂ സിനെ കൊന്നതിന്റെ പാപത്താൽ മനംനൊന്ത് ഹെർക്കുലീസ്

പല ദേശങ്ങളിലും അലഞ്ഞുനടന്നു. അവസാനം പാപമോചന
ത്തിനായി ഓംഫാല രാജ്ഞിയുടെ അടിമയായി കഴിയണമെന്ന
പ്രവചനമുണ്ടായി. ഇക്കാലയളവിലും ഹെർക്കുലീസ് നിരവധി
വീരസാഹസിക പ്രവൃത്തികൾ ചെയ്തിട്ടുണ്ട്. അതിലൊരു കഥ
യാണ് ഇനി പറയുന്നത്.

ലിഡിയായ് എന്ന ദേശത്തെ മലയിടുക്കിൽ സിലേവൂസ്
എന്നു പേരായ ഒരാൾ താമസിച്ചിരുന്നു. അയാൾ ഒരു വിളഞ്ഞ
വിത്തായിരുന്നു. ധാരാളം മുന്തിരിത്തോട്ടങ്ങൾ സ്വന്തമായുള്ള
സിലേവൂസ് വഴിയിലൂടെ പോകുന്നവരെ നിർബന്ധിച്ചും ഭീഷ
ണിപ്പെടുത്തിയും തന്റെ മുന്തിരിത്തോട്ടത്തിൽ ജോലി ചെയ്യിപ്പി
ക്കും. അവസാനം അവരെ കൊന്നു കളയുകയും ചെയ്തു.

സിലേവൂസ് ആ നീചകൃത്യം തുടങ്ങിയിട്ട് കുറെക്കാലമാ
യി. അതുകൊണ്ട് അയാളെ പേടിച്ച് ആരും ആ വഴി പോകാറി
ല്ലായിരുന്നു. കഥയൊന്നുമറിയാതെ ആരെങ്കിലും വന്നാലോ
അവന്റെ കഥ കഴിഞ്ഞതുതന്നെ. ഇങ്ങനെയിരിക്കെ ഹെർക്കു
ലീസ് ഈ ദുഷ്ടനെക്കുറിച്ച് അറിയാനിടയായി. അത്രയ്ക്ക് അഹ
ങ്കാരിയായ അവനെ ഒന്നു കാണണമല്ലോ എന്നായി ഹെർക്കു
ലീസ്. അങ്ങനെ ഒരുദിവസം സിലേവൂസിന്റെ മുന്തിരിത്തോട്ട
ത്തിനടുത്ത വഴിയിലൂടെ ഹെർക്കുലീസ് ഒരു വഴിയാത്രക്കാര
നെപ്പോലെ നടന്നുചെന്നു. സിലേവൂസ് ദൂരെനിന്നേ ഹെർക്കു
ലീസ് നടന്നു വരുന്നത് കണ്ടു. ഹായ് കോളടിച്ചു. കുറെക്കാല
മായി നല്ലൊരു ഇരയെകിട്ടിയിട്ട്. ഇപ്പോൾ ഇതാ തടിമാടനായ
ഒരുവൻ വന്നിരിക്കുന്നു. സിലേവൂസ് ഇങ്ങനെ വിചാരിച്ചുകൊണ്ട്
ഹെർക്കുലീസിന്റെ സമീപത്തെത്തി.

"എടേയ് അവിടെ നിൽക്കൂ.. ഈ മുന്തിരിത്തോട്ടത്തിൽ ഇത്ര
മാത്രം പണികിടക്കുമ്പോൾ നീ ധൃതി വച്ച് എങ്ങോട്ടുപോകുന്നു?
ഇവിടത്തെ പണികളൊക്കെ തീർത്തിട്ടേ ഞാൻ നിന്നെ പോകാൻ
അനുവദിക്കൂ."

സിലേവൂസിന്റെ വാക്കുകൾ കേട്ട ഹെർക്കുലീസ് മനസിൽ
പറഞ്ഞു. 'അതേടാ ഞാൻ നിനക്കിട്ട് നല്ലൊരു പണിതരുന്നു
ണ്ട്.' പക്ഷേ, പുറത്തുപറഞ്ഞതിങ്ങനെയാണ്. "അങ്ങയുടെ ഉത്ത
രവുപോലെ തന്നെ." ഇതുകേട്ട സിലേവൂസിന് ഉള്ളിൽ ചിരി
പൊട്ടി. 'ഇവന് ഈ പൊണ്ണത്തടി മാത്രമേ ഉള്ളൂ. ബുദ്ധി തീരെ

യില്ല. ഇവൻ ഇത്രപെട്ടെന്ന് വഴങ്ങുമെന്ന് സ്വപ്നത്തിൽ പോലും വിചാരിച്ചില്ല.'

"ഞാൻ എന്തുജോലിയാണ് ചെയ്യേണ്ടത്?" ഹെർക്കുലീസ് വിനയം അഭിനയിച്ചുകൊണ്ട് ചോദിച്ചു. "അതൊക്കെ കാണി ച്ചുതരാം നീ വാ" എന്നു പറഞ്ഞുകൊണ്ട് സിലേവൂസ് ഹെർക്കു ലീസിനെ തന്റെ വിശാലമായ മുന്തിരിത്തോട്ടത്തിലേക്ക് കൂട്ടി ക്കൊണ്ട് പോയി. പിന്നത്തെ കാര്യം പറയണോ. ആന കരി മ്പിൻകാട്ടിൽ കയറിയതുപോലെയായിരുന്നു ഹെർക്കുലീസിന്റെ പ്രകടനം. 'ഇങ്ങനെയാണോ ചെയ്യേണ്ടത്? അതോ ഇങ്ങനെയോ' എന്നൊക്കെ സിലേവുസിനെ പരിഹസിച്ചുകൊണ്ട് ആ മുന്തിരി ത്തോട്ടം ഹെർക്കുലീസ് തകർത്തു തരിപ്പണമാക്കി. ഇതുകണ്ട് അന്ധാളിച്ചുനിന്ന സിലേവുസിനെ ഹെർക്കുലീസ് തൂക്കിയെ ടുത്ത് ഒറ്റ ഏറ്. പിന്നീടൊരിക്കലും സിലേവൂസ് എന്ന പേര് എവിടെയും കേട്ടിട്ടില്ല.

ഹെർക്കുലീസിന്റെ ഈ വീരപ്രവൃത്തികൾ മനസിലാക്കിയ ഓംഫാല രാജ്ഞി അയാളെ അടിമത്തത്തിൽ നിന്നു മോചിപ്പി ക്കുകയും ധാരാളം സമ്മാനങ്ങൾ നൽകുകയും ചെയ്തു.

ഹെർക്കുലീസ് ട്രോയി നഗരത്തിൽ

ഓംഫാല രാജ്ഞിയെ വിട്ട് ഹെർക്കുലീസ് ട്രോയി നഗര ത്തിലെത്തി. ട്രോയി രാജാവായിരുന്ന ലാവോമെഡോൺ പോസി ഡോൺ ദേവനോട് അനുവാദം ചോദിക്കാതെ ഒരു വമ്മതിൽ നിർമിച്ചു. എന്നിട്ട് അതിനുള്ളിൽ ധാരാളം കന്നുകാലികളെ വളർത്താൻ തുടങ്ങി. ദേവന്മാർ അടങ്ങിയിരിക്കുമോ. അപ്പോളോ ദേവനും പോസിഡോൺ ദേവനും കൂടി രാജാവിനെ ചെന്നു കണ്ട് ഒരു ഡിമാന്റ് വച്ചു. "നീ ഞങ്ങളുടെ അനുവാദമില്ലാതെ വമ്മതിൽ തീർത്തു. അത് ഞങ്ങളങ്ങ് ക്ഷമിക്കും. പക്ഷേ; ഒരു വർഷത്തിലുണ്ടാകുന്ന കന്നുകാലികളെ ഞങ്ങൾക്ക് കപ്പം തര ണം. എന്താ സമ്മതമാണോ?"

ദേവന്മാരെകണ്ട് മുട്ടുകൂട്ടിയിടിക്കാനൊന്നും രാജാവ് തയാ റായില്ല. "അതൊന്നും സാധ്യമല്ല. നിങ്ങൾക്കു പോകാം. ഇത് എന്റെ രാജ്യമാണ്. എന്റെ നീതിയേ ഇവിടെ നടപ്പിലാകൂ." ലാവോമെഡോൺ രാജാവ് ദേവന്മാരുടെ മുഖത്തുനോക്കി പറ ഞ്ഞു.

ഹും ഒരു രാജാവിന് ഇത്ര ധിക്കാരമോ? ഇത് ദേവന്മാർക്കും ദേവലോകത്തിനും ഒരു നാണക്കേടുതന്നെ. ഇതങ്ങനെ വിട്ടാൽ പറ്റില്ല. ദേവന്മാർ കൂടി ആലോചിച്ചു. അവസാനം അവർ ഒരു തീരുമാനത്തിലെത്തി. സമുദ്രം കരയിലേക്ക് ആഞ്ഞടിപ്പിക്കുന്ന

കടൽസത്വത്തെ വിളിച്ച് ട്രോയി നഗരത്തെ മുക്കിക്കളയുക. തീർന്നില്ല, രാജാവും ജനങ്ങളും തങ്ങളുടെ പുത്രിമാരെ കടലിന് ബലിയർപ്പിക്കുകയും ചെയ്യുക.

രാജാവിന്റെ ധിക്കാരംകൊണ്ട് ഇപ്പോൾ ജനങ്ങളും കുഴപ്പ ത്തിലായെന്നു പറഞ്ഞാൽ മതിയല്ലോ. പ്രമാണിമാരായവരെല്ലാം ദേവന്മാരുടെ കാലുപിടിച്ചും പ്രാർഥിച്ചും മണിയടിച്ചും തങ്ങ ളുടെ പുത്രിമാരെ നാടുകടത്തി രക്ഷിച്ചു. ഇനിയുള്ളത് സാധാ രണക്കാരാണ്. അവരുടെ കാര്യം കഷ്ടം തന്നെ. ഇനി ഒന്നേ ചെയ്യാനുള്ളൂ. ഓരോ ദിവസവും നറുക്കിട്ട് നറുക്കുവീഴുന്നയാ ളിനെ കടലിന് സമർപ്പിക്കുക. അവസാനം രാജാവിന്റെ പുത്രി ഹെസിയോനയ്ക്ക് നറുക്കുവീണു.

അങ്ങനെ രാജപുത്രിയെ കടലിന് സമർപ്പിക്കാനായി ശരീ രത്തെ ഭാരമേറിയ ഒരു കല്ലിൽ ബന്ധിച്ച് നിർത്തിയിരിക്കുമ്പോ ഴാണ് ഹെർക്കുലീസ് അതുവഴി വരുന്നത്. അദ്ദേഹം അവിടെ കൂടിനിന്നവരോട് കാര്യങ്ങൾ തിരക്കി ബോധ്യപ്പെട്ടു. അതിനു ശേഷം ദുഃഖിതനായിരിക്കുന്ന രാജാവിനടുത്തേക്ക് ചെന്നു. "പ്രഭോ ഞാൻ അങ്ങയുടെ പുത്രിയെ രക്ഷിക്കാം. പകരം എനിക്കെന്തുതരും." രാജാവ് തലയുയർത്തിനോക്കി. അതികാ യനായ ഒരാളാണ് മുമ്പിൽ നിൽക്കുന്നത്. ഈ ദുരിതത്തിൽനിന്ന് കരകയറാനുള്ള ഒരു പിടിവള്ളിയായാണ് രാജാവ് ഇതിനെ ക ണ്ടത്.

"എന്റെ ഈ പുത്രിയെയും കടലിനുമീതെ പാഞ്ഞുപോ കാൻ കഴിയുന്ന രണ്ടു വെള്ളക്കുതിരകളെയും ഞാൻ നിങ്ങൾക്കു തരാം." രാജാവ് പറഞ്ഞു. "ശരി സമ്മതിച്ചിരിക്കുന്നു." ഹെർക്കു ലീസിന് വലിയ സന്തോഷമായി. അയാൾ ഉടൻതന്നെ വലിയൊരു മതിൽ കടൽത്തീരത്തു കെട്ടിയുയർത്തി. ഇതുകണ്ട കടൽസത്വം ഹെർക്കുലീസിനെ ആക്രമിക്കാനായി പാഞ്ഞടുത്തു. മതിലിനു മുകളിലേക്ക് ചാടിക്കയറിയ അത് വാപിളർന്നുകൊണ്ട് നിലയു റപ്പിച്ചു. ഹെർക്കുലീസ് ഈ സന്ദർഭം ശരിക്കും വിനിയോഗിച്ചു. തന്റെ അമ്പുകൾ അയാൾ ഇടതടവില്ലാതെ സത്വത്തിന്റെ വായി ലേക്ക് എയ്തുവിട്ടുകൊണ്ടിരുന്നു. അവസാനം കടൽസത്വം കടൽക്കരയിൽ ചത്തുമലർന്നുവീണു.

ജനങ്ങൾ ആഹ്ലാദത്താൽ തുള്ളിച്ചാടി. തങ്ങളെ രക്ഷിച്ച ഹെർക്കുലീസിനെയുമെടുത്തുകൊണ്ട് അവർ പാട്ടുപാടി നൃത്തം വച്ചു. രാജാവിന് പക്ഷേ മനം തെളിഞ്ഞില്ല. പറഞ്ഞതുപോലെ വാക്കുപാലിക്കേണ്ടി വരുമല്ലോ എന്നായിരുന്നു അദ്ദേഹത്തിന്റെ ചിന്ത.

ലാവോമെഡോൺ രാജാവ് വാഗ്ദാനം പാലിച്ചില്ല. അദ്ദേഹ ത്തിന്റെ പുത്രി ഹെസിയോനെ ഹെർക്കുലീസിന് കൊടുക്കാൻ രാജാവ് കൂട്ടാക്കിയില്ല. മാത്രമല്ല കടലിനുമേൽ പറക്കുന്ന കുതി രകൾ എന്നു പറഞ്ഞുകൊടുത്തതോ സാധാരണ കുതിരകളെ

യും. രാജാവിന്റെ ഒരു പുത്രനൊഴികെ ബാക്കിയെല്ലാവരും ഈ വഞ്ചനയെ ന്യായീകരിക്കുകയാണ് ചെയ്തത്. രാജാവിനെ എതിർത്ത പുത്രന്റെ പേര് പൊഡാർസസ് എന്നായിരുന്നു.

രാജാവിന്റെ ചതി മനസിലാക്കിയ ഹെർക്കുലീസ് പറഞ്ഞു: "നിങ്ങൾ എന്നെ വഞ്ചിച്ചു. ഇതിന് ഞാൻ പ്രതികാരം ചെയ്തി രിക്കും." ഹെർക്കുലീസിന്റെ വാക്കുകൾക്ക് രാജാവ് വലിയ വില കൊടുത്തില്ല. എവിടെനിന്നോ തെണ്ടിത്തിരിഞ്ഞ് വന്ന ഒരുത്തൻ. രാജാവ് ഹെർക്കുലീസിനെ കണ്ടത് അങ്ങനെയാണ്.

കാലങ്ങൾ കടന്നുപോയി. ഹെർക്കുലീസിന്റെ മനസിൽ ലാവോമെഡോൻ രാജാവിനോടുള്ള പ്രതികാരാഗ്നി അടങ്ങിയി രുന്നില്ല. അയാൾ ഇയോളൂസ്, തേലെമോൻ എന്നിവരെ പ്രധാ ന സേനാനികളാക്കിക്കൊണ്ട് ഒരു കപ്പൽപ്പടയുണ്ടാക്കി. തന്റെ പിതാവിന്റെ ദൃശ്യവും അദൃശ്യവുമായ അനുഗ്രഹങ്ങളാണ് തന്നെ വിജയിപ്പിക്കുന്നതെന്ന് ഹെർക്കുലീസിനറിയാമായിരുന്നു. അയാൾ തന്റെ പിതാവായ സ്യൂസ് ദേവന് സൈന്യം രൂപീകരി ച്ചതിനുശേഷം ഗംഭീരമായ ബലി നൽകി. അതിനുശേഷം തന്റെ സൈന്യവുമായി ട്രോയി നഗരം ലക്ഷ്യമാക്കി നീങ്ങി.

തേലെമോൻ നല്ലൊരു പോരാളിയായിരുന്നു. ശത്രുവിന്റെ കോട്ടയുടെ ദുർബലഭാഗങ്ങൾ മനസിലാക്കി അയാൾ മുന്നേറി. ഹെർക്കുലീസാവട്ടെ രാജാവുമായി നേർക്കുനേർ നിന്ന് പോരാ ടി. അതിഭയങ്കരമായ ദ്വന്ദയുദ്ധമായിരുന്നു അത്. രാജാവ് ചില്ല റക്കാരനായിരുന്നില്ല. ദേവന്മാരോടുപോലും മസിലുപിടിച്ചുനിന്ന കക്ഷിയാണെന്നോർക്കണം. പക്ഷേ ആരോടാണ് യുദ്ധം ചെയ്യു ന്നത്. സാക്ഷാൽ ഹെർക്കുലീസിനോട്. എത്രവലിയ ശക്തിമാ നാണെങ്കിലും എത്രസമയം പിടിച്ചുനിൽക്കാൻ കഴിയും. അവസാനം ലാവോമെഡോൻ രാജാവിനെ ഹെർക്കുലീസ് കാല പുരിക്കയച്ചു.

അതിനുശേഷം രാജാവിന്റെ പുത്രിയായ ഹെസിയോന്റെ മുമ്പിലേക്ക് ഹെർക്കുലീസ് ചെന്നു. "ട്രോയിരാജ്യം ഇപ്പോൾ എന്റെ അധീനതയിലാണ്. നീ എന്റെ സ്വന്തവും. പറയൂ. ഇവി ടെയുള്ളവരെല്ലാം എന്റെ അടിമകളാണ്. പക്ഷേ, നീ പറയുന്ന ആരെയും ഞാൻ മോചിപ്പിക്കാം." ഹെർക്കുലീസ് രാജകുമാരി യോട് പറഞ്ഞു.

"എങ്കിൽ എന്റെ സഹോദരനും അങ്ങേയ്ക്കുവേണ്ടി പിതാ
വിനെ എതിർത്തു സംസാരിച്ചവനുമായ പൊഡാർസിനെ മോചി
പ്പിക്കണം. "രാജകുമാരി പറഞ്ഞു. രാജകുമാരിയുടെ അഭ്യർഥന
ഹെർക്കുലീസ് സാധിച്ചുകൊടുത്തു. അങ്ങനെ പൊഡാർസ്
മോചിപ്പിക്കപ്പെട്ടു.

മാത്രമല്ല പൊഡാർസിനെ ട്രോയി രാജ്യത്തിന്റെ രാജാവായി
വാഴിച്ചതിനുശേഷമാണ് ഹെർക്കുലീസ് മടങ്ങിയത്.

ഹെർക്കുലീസും ഒളിമ്പിക്സും

ഒറ്റയാനായി വിഹരിച്ചുനടന്ന ഹെർക്കുലീസ് പല സന്ദർഭ ങ്ങളിലും സൈന്യങ്ങളെ സംഘടിപ്പിക്കാൻ തുടങ്ങി. അങ്ങനെ യുള്ള ഒരു സൈന്യത്തെയും സംഘടിപ്പിച്ചുകൊണ്ടാണ്, അയാൾ എല്ലിസിലെത്തുന്നത്. എല്ലിസ് രാജാവായ ഏജിയാസിനെ തകർക്കുകയായിരുന്നു ഹെർക്കുലീസിന്റെ ലക്ഷ്യം. പഴയ വീര ശൂര പരാക്രമകാലത്തെ ഒരു പ്രതികാരം എല്ലിസ് രാജാവിനോട് ഹെർക്കുലീസിനുണ്ടായിരുന്നു.

ഏജിയാസിന്റെ സഹായത്തിന് അരയ്ക്കുതാഴേക്ക് ഒരുടലും അരയ്ക്കു മേലേക്ക് രണ്ട് ഉടലുമുള്ള മൊളിയോനസ് ഇരട്ടകളാ യിരുന്നു മുൻപന്തിയിൽ നിന്നത്. ഇരട്ടകൾ ഭയങ്കരന്മാരായിരു ന്നു. അവർ ഹെർക്കുലീസിന്റെ സൈന്യത്തിലെ പ്രധാനപോ രാളികളെയെല്ലാം വധിച്ചു. അവസാനം ഹെർക്കുലീസ് മാത്രമാ യി. ഒറ്റയ്ക്കായതോടെ ഹെർക്കുലീസിലെ പോരാളി സടകുട ഞ്ഞെഴുന്നേറ്റു. ഹെർക്കുലീസ് എന്നും ഒറ്റയ്ക് നിന്ന് പോരാടി ജയിച്ച ചരിത്രമേ ഉള്ളൂ. അതുതന്നെ ഇവിടെയും സംഭവിക്കു മെന്നാണോ? അതെ, അതുതന്നെ സംഭവിച്ചു. ഇരട്ടകളായ മൊളി യോനസിനെയും ഏജിയാസിനെയും ഒറ്റയ്ക് നേരിട്ട് ഹെർക്കു ലീസ് വിജയം വരിച്ചു.

ഹെർക്കുലീസ് പിന്നീട് നേരെ പോയത് മൊളിയോനസിന്റെ അമ്മായിഅച്ഛനായ ഡെക്സിമേനുസിന്റെ കൊട്ടാരത്തിലേക്കാ

ണ്. അവിടെ കുതിരമനുഷ്യനായ യുറിറ്റിയോനും ഡെക്സിമേ
നുസിന്റെ പുത്രി ദെയിനെയിരായോയും തമ്മിലുള്ള വിവാഹ
ത്തിനുള്ള ഒരുക്കങ്ങൾ നടക്കുകയായിരുന്നു.

കുതിരമനുഷ്യനെക്കൊണ്ട് ആ പെൺകുട്ടിയെ വിവാഹം
കഴിപ്പിക്കുന്നത് ഹെർക്കുലീസിന് ഇഷ്ടപ്പെട്ടില്ല. ഈ വിവാഹം
കലക്കുക തന്നെ. അയാൾ നേരെ ചെന്ന് കുതിരമനുഷ്യനെ
അടിച്ച് താഴെവീഴ്ത്തി. എന്നിട്ട് ദെയിനെയിരായോയെയും കൊണ്ട്
കടന്നുകളഞ്ഞു.

ഇക്കാലത്ത് ഹെർക്കുലീസിന് ഒരു ഇരട്ടപ്പേരുവീണു. ബുഫാ
ഗുസ്. കാളയെത്തിന്നുന്നവൻ എന്നാണ് ഈ പേരിന്റെ അർഥം.
ഈ പേരു വരാനുണ്ടായ ഒരു കഥയുണ്ട്. ഒളിമ്പിക്സിന് തുടക്കം
കുറിച്ച കഥ. ഹെർക്കുലീസിന് നിരവധി ശത്രുക്കളുണ്ടായിരു
ന്നു. അതിൽ പ്രധാനിയായിരുന്നു ലെപ്രെസൂസ്. തന്റെ മറ്റൊരു
ശത്രുവായിരുന്ന ഏജിയാസ് രാജാവിന്റെ സുഹൃത്തായിരുന്നു
ലെപ്രെസൂസ്. ഒരിക്കൽ ഏജിയാസ് രാജാവിന്റെ തൊഴുത്ത് വൃത്തി
യാക്കേണ്ടി വന്നിട്ടുണ്ട് ഹെർക്കുലീസിന്. പ്രതിഫലത്തിനുവേ
ണ്ടിയാണ് ഹെർക്കുലീസ് അങ്ങനെ ചെയ്തതെങ്കിലും ഈ തടി
മാടന് ഒന്നും കൊടുക്കേണ്ടെന്ന് ഏജിയാസ് രാജാവിനെ ഉപ
ദേശിച്ചത് പെരുവയറനായ ലെപ്രെസൂസാണ്. മാത്രമല്ല ഹെർക്കു
ലീസിനെ ചങ്ങലയിൽ ബന്ധിക്കണമെന്നും അയാൾ രാജാവിനെ
ഉപദേശിച്ചു. ഹെർക്കുലീസ് അന്ന് അവരെയൊക്കെ വെറുതെ
വിട്ടു. പിന്നീട് ലെപ്രെസൂസിന്റെ അടുക്കലെത്തി. ഹെർക്കുലീ
സിനെ കണ്ടതും കുടവയറന്റെ ഉള്ളൊന്നു കാലി. എങ്കിലും
പുറമേ അതൊന്നും കാണിക്കാതെ സന്തോഷം നടിച്ചുകൊണ്ട്
ഹെർക്കുലീസിനെ സ്വീകരിച്ചു. ഹെർക്കുലീസ് പറഞ്ഞു. "നിന്റെ
സ്വീകരണം ഏറ്റുവാങ്ങാനല്ല ഞാൻ വന്നത്. നീ ഏജിയാസി
നോട് പറഞ്ഞുകൊടുത്തതൊക്കെ ഞാനറിഞ്ഞു. അത്രയ്ക്ക്
ധൈര്യമുണ്ടെങ്കിൽ നമുക്ക് ചില മത്സരങ്ങൾ നടത്തിനോക്കാം.
അതിനുശേഷം ദ്വന്ദ്വയുദ്ധവും. അതിന് നീ തയാറാണോ
അല്ലയോ എന്നുമാത്രം അറിഞ്ഞാൽ മതി."

"ഞാൻ തയാർ." ലെപ്രെസൂസ് പറഞ്ഞു. അങ്ങനെ മത്സര
ങ്ങൾ നടന്നു. ഡിസ്ക് എറിയുക, വെള്ളം കുടിക്കുക, ഒരു കാള
യെ തിന്നുതീർക്കുക ഇതൊക്കെയായിരുന്നു മത്സരങ്ങൾ.

ഡിസ്ക് എറിയുന്നതിലും വെള്ളം കുടിക്കുന്നതിലും ഹെർക്കു
ലീസ് വിജയിച്ചു. എന്നാൽ ആദ്യമായി ഇതാ കാളയെ തിന്നുന്ന
മത്സരത്തിൽ ഹെർക്കുലീസ് പരാജയപ്പെട്ടു. ലെപ്രെസൂസ് ഒരു
പെരുവയറനായിരുന്നു. അവൻ ആർത്തിയോടെ കാളയെ മുഴു
വൻ ശാപ്പിട്ടു. ഹെർക്കുലീസ് കാളയെ തിന്നെങ്കിലും രണ്ടാമതാ
യിപ്പോയി.

പിന്നീട് നടന്നത് ദ്വന്ദ്വയുദ്ധമാണ്. അത് പിന്നെ പറയേണ്ട
തില്ലല്ലോ. നിമിഷങ്ങൾക്കകം ഹെർക്കുലീസ് ലെപ്രെസൂസിന്റെ
ജീവനെടുത്തു. അതിനുശേഷം അയാളെ യഥാവിധി സംസ്ക
രിച്ചതും ഹെർക്കുലീസ് തന്നെയായിരുന്നു. വിശ്വപ്രസിദ്ധമായ
ഒളിമ്പിക്സിലെ ആദ്യമത്സരം ഇതാണെന്നു പറയാം. കാനൂസ്
മലയുടെ താഴ്‌വരയിൽ ഹെർക്കുലീസ് ഒരു കളിക്കളം തീർത്തു.
സ്യൂസ് ദേവനോടുള്ള ആദരവായാണ് ഹെർക്കുലീസ് ഒളി
മ്പിക്സ് മത്സരം ആരംഭിച്ചത്. കളിക്കളം തീർത്തപ്പോഴാണ് ഒരു
പ്രശ്നം ഉയർന്നുവന്നത്. കളിക്കളത്തിനു ചുറ്റും മരങ്ങളില്ലായി
രുന്നു. അതുകൊണ്ട് തന്നെ ഭയങ്കരമായ വെയിലേറ്റ് കാണികളും
കളിക്കാരും തളരുമെന്ന് ഹെർക്കുലീസ് മനസിലാക്കി. ഇതിന്
പരിഹാരം കണ്ടെത്താൻ അയാൾ തീരുമാനിച്ചു. അങ്ങനെ
ഹെർക്കുലീസ് അപ്പോളോ ദേവന്റെ അടുത്തുചെന്ന് ഒലിവ് മര
ത്തിന്റെ ശിഖരങ്ങൾ ഒടിക്കുന്നതിന് അനുവാദം ചോദിച്ചു.
അപ്പോളോ ദേവൻ പറഞ്ഞു: "ഈ ഒലിവ് മരത്തിന്റെ ചില്ലക
ളിലേക്ക് നാളെ ലോകം മുഴുവൻ പറന്നെത്തും. ഹെർക്കുലീസ്
നീ ഇതിന്റെ ചില്ലകൾ പൊട്ടിച്ച് നിന്റെ കളിക്കളത്തിനു ചുറ്റും
നടുക. അവ തഴച്ചുവളർന്ന് തണലേകട്ടെ." ഹെർക്കുലീസ്
അപ്പോളോ ദേവൻ പറഞ്ഞതുപോലെ ചെയ്തു. ഹെർക്കുലീസ്
തുടങ്ങിവച്ച ഈ ഒളിമ്പിക്സ് മത്സരം ഇന്നും തുടരുന്നു.

ഹെർക്കുലീസിന്റെ അന്ത്യം

യൂറിത്തുസ് രാജാവിന്റെ മകളായ ഇയോലെയെ വിവാഹം കഴിച്ചുകൊടുക്കാത്തതിന് പ്രതികാരമായി ഹെർക്കുലീസ് അദ്ദേഹത്തിനെതിരെ യുദ്ധത്തിനൊരുങ്ങി.

ഹെർക്കുലീസിനോട് എതിർത്തവർക്ക് വല്ല രക്ഷയുമുണ്ടോ. യുറിത്തുസ് രാജാവും അദ്ദേഹത്തിന്റെ പുത്രന്മാരും ഹെർക്കു ലീസിന്റെ അമ്പേറ്റ് പിടഞ്ഞുമരിച്ചു. യുദ്ധമെല്ലാം അവസാനിച്ച തിനുശേഷം വിവാഹം കഴിക്കാനുള്ള തയാറെടുപ്പുമായി ഹെർക്കുലീസ് കോട്ടയുടെ മുകളിൽ നിന്നിരുന്ന ഇയാലോയെ സമീപിച്ചു. അയാൾ പറഞ്ഞു: "ഇയാലോ നിനക്കുവേണ്ടിയാണ് ഞാൻ ഈ യുദ്ധം നടത്തിയത്. ഞാനിതാ വിജയശ്രീലാളിത നായി തിരിച്ചുവന്നിരിക്കുന്നു. നീ എന്നെ സ്വീകരിക്കില്ലേ." ഇതു കേട്ട ഇയോലെ ഹെർക്കുലീസിന്റെ നേർക്ക് പൊട്ടിത്തെറിച്ചു: "ഹെർക്കുലീസ് നിങ്ങൾ വലിയ ശക്തിമാനായിരിക്കാം. എനി ക്കുവേണ്ടിയാണ് നിങ്ങൾ യുദ്ധം നയിച്ചതെന്നും പറയുന്നു. പക്ഷേ എന്റെ സമ്മതം നിങ്ങൾ ചോദിച്ചുവോ? നിങ്ങൾ കൊല ചെയ്തത് എന്റെ പിതാവിനെയും സഹോദരങ്ങളെയുമാണ്. അതുകൊണ്ട് നിങ്ങളെ വിവാഹം കഴിക്കാൻ എനിക്ക് സമ്മതമ ല്ല" എന്നു പറഞ്ഞുകൊണ്ട് അവൾ കോട്ടയുടെ മുകളിൽനിന്ന് ആത്മഹത്യചെയ്യാനായി താഴേക്ക് ചാടി. പക്ഷേ, ചാട്ടത്തിനിട

യിൽ അവളുടെ വസ്ത്രങ്ങൾ കോട്ടവാതിലിൽ ഉടക്കി. അതു കൊണ്ട് വീഴ്ചയ്ക്ക് വലിയ ആഘാതമുണ്ടായില്ല. ഹെർക്കുലീസ് താഴേക്ക് ഓടി. ഭാഗ്യം അവൾ മരിച്ചിട്ടില്ല. അയാൾ അവളെ താങ്ങി യെടുത്ത് തന്റെ വീട്ടിലേക്ക് കൊണ്ടുപോയി ശുശ്രൂഷകൾ ചെയ്തു.

ഇതിനിടയിൽ ഓക്കുമരത്തിൽനിന്ന് ഒരു പ്രവചനം ഉണ്ടാ യി. പതിനഞ്ചുമാസങ്ങൾക്കുശേഷം ഹെർക്കുലീസ് മരണമടയും. അല്ലെങ്കിൽ ഒരു നിശ്ശബ്ദജീവിതം നയിക്കും. ഇതായിരുന്നു പ്രവ ചനം. മരത്തിൽ ചേക്കേറിയ പക്ഷികൾ ഇക്കാര്യം ഹെർക്കുലീ സിനെ അറിയിച്ചു.

ഹെർക്കുലീസ് സ്യൂസ് ദേവന് ഒരു ബലിയർപ്പിക്കാൻ തീരു മാനിച്ചു. ബലിനടത്തുമ്പോൾ ധരിക്കുന്നതിനായി ഒരു കുപ്പായം കൊണ്ടുവരാൻ പരിചാരകനായ ലീക്കോസിനെയാണ് ഹെർക്കു ലീസ് പറഞ്ഞുവിട്ടത്.

കുതിരമനുഷ്യനെ അടിച്ചുവീഴ്ത്തി ഹെർക്കുലീസ് തട്ടിക്കൊ ണ്ടുവന്ന് വിവാഹം കഴിച്ച ദെയിനയിരയ്ക്ക് ഹെർക്കുലീസിന്റെ പുതിയ ഭാര്യയായ ഇയാലോയോട് അസൂയതോന്നി. ഭർത്താവി ന് സ്നേഹം കുറയുമ്പോൾ അയാളെ പുതപ്പിക്കുവാൻ ഒരു കുപ്പായം കുതിരമനുഷ്യൻ അവൾക്ക് കൊടുത്തിരുന്നു. ഒരു ഭര ണിയിൽ ദെയിനയിര അത് ഒളിപ്പിച്ചുവച്ചിരിക്കുകയായിരുന്നു. ബലിനടത്താനുള്ള കുപ്പായം തന്നുവിടാൻ ലീക്കോസ് എത്തിയ പ്പോഴാണ് അവൾ ഇക്കാര്യമൊക്കെ ഓർത്തത്. ഇതുതന്നെ പറ്റിയ സമയം. അവൾ ലീക്കോസിനെ വിളിച്ച് ഭരണിയിലൊളിപ്പിച്ച കുപ്പായം അവനെ ഏൽപ്പിച്ചു. എന്നിട്ട് പറഞ്ഞു: "ലീക്കോസ് ഇതാ അദ്ദേഹം ആവശ്യപ്പെട്ട കുപ്പായം. ഇത് എന്റെ ഭർത്താ വിനെ ഏൽപ്പിക്കുക. പിന്നെ ഒരു കാര്യം, ഈ കുപ്പായം വെളിച്ചം കാണിക്കുകയോ തീയുടെ സമീപം കൊണ്ടുപോവുകയോ ചെയ്യ രുത്. ഹെർക്കുലീസിന് കൊടുക്കുന്നതുവരെ ഈ കുപ്പായം തുറ ന്നുനോക്കുകയുമരുത്." കുപ്പായത്തിന്റെ ഒരു ചെറിയ കഷണം മുറിച്ചെടുത്തിട്ടാണ് അവൾ കുപ്പായം ലീക്കോസിന് കൊടുത്ത ത്.

ലീക്കോസ് ഉടൻതന്നെ ഹെർക്കുലീസിന്റെയടുത്തേക്ക് യാത്ര യായി. കുപ്പായം വെളിച്ചം കാണിക്കരുതെന്ന് കുതിരമനുഷ്യൻ

പറഞ്ഞതിന്റെ അർഥം എന്താണെന്ന് അവൾക്കറിയില്ലായിരുന്നു. വെളിച്ചം കണ്ടാൽ എന്തായിരിക്കും സംഭവിക്കുക? മുറിച്ചെടുത്ത കുപ്പായത്തിന്റെ കഷണം അവൾ വെളിച്ചത്തിലേക്ക് കൊണ്ടുവന്നു. അപ്പോഴതാ, വെളിച്ചം കാണാതെ ഭരണിയിലിരുന്ന ആ കുപ്പായക്കീറ് സ്വയം കത്തുന്നു. വെള്ളമൊഴിച്ചുനോക്കി തീ കെടുന്നില്ല. കുതിരമനുഷ്യൻ തന്നെ ചതിക്കുകയായിരുന്നുവെന്ന് അവൾ മനസിലാക്കി.

എത്രയും വേഗം ഈ വിവരം ഹെർക്കുലീസിനെ അറിയിക്കണം. അവൾ നാനാ ദിക്കിലേക്കും പാഞ്ഞു. എല്ലാം വൈകിപ്പോയിരുന്നു. ലീക്കോസ്, ബലിനടത്തിക്കൊണ്ടിരുന്ന ഹെർക്കുലീസിന് ഈ ഉടുപ്പ് കൊടുത്തു കഴിഞ്ഞിരുന്നു. ബലിപീഠത്തിലെ അഗ്നിക്കുസമീപം നിന്ന് ഹെർക്കുലീസ് അതാ ഉടുപ്പ് ധരിക്കുകയാണ്. ഹെർക്കുലീസ് ഉടുപ്പുധരിച്ച് നിമിഷങ്ങൾക്കുള്ളിൽ തീയുടെ വെളിച്ചമേറ്റ് കുപ്പായത്തിന് തീപിടിച്ചുതുടങ്ങി. ഹെർക്കുലീസ് ഉടുപ്പ് ഊരിയെറിയാൻ നോക്കി. പക്ഷേ, ഉടുപ്പ് കൂടുതൽ പറ്റിപ്പിടിക്കുകയാണുണ്ടായത്. അപ്പോഴാണ് ഭാര്യ അയച്ച അറിയിപ്പുകാർ അവിടെയെത്തുന്നത്. അവരെത്തിയപ്പോൾ കണ്ട കാഴ്ച തീപിടിച്ച ശരീരവുമായി ഓടുന്ന ഹെർക്കുലീസിനെയാണ്.

അഗ്നി പോലെ വിഹരിച്ച് നടന്ന ശക്തിമാനായ ഹെർക്കുലീസിന് ഈ ഗതി വരുമെന്ന് ആരും കരുതിയില്ല. തീയിൽ വെന്ത ഹെർക്കുലീസിന്റെ ശരീരത്തിൽനിന്ന് തിളച്ചുമറിയുന്ന രക്തമാണ് പുറത്തേക്കൊഴുകിയത്.

അയാൾ അതികഠിനമായ വേദനയാൽ നിലവിളിച്ചുകൊണ്ട് തലങ്ങും വിലങ്ങും ഓടുകയായിരുന്നു. തന്നിൽനിന്ന് പുറത്തേക്കൊഴുകുന്ന തിളച്ചുമറിയുന്ന രക്തം മണ്ണിൽ ലാവപോലെ ഒഴുകിപ്പരന്നു. ചൂടും വേദനയും സഹിക്കാനാവാതെ ഹെർക്കുലീസ് അവിടെ കണ്ട ഒരു അരുവിയിലേക്ക് എടുത്തുചാടി. പക്ഷേ, എന്തു ഫലം. അരുവി ഹെർക്കുലീസിന്റെ രക്തത്തിന്റെ ചൂടേറ്റ് തിളച്ചുമറിഞ്ഞു. ആ അരുവിയിലെ വെള്ളത്തിന് ഇന്നും ചൂടുണ്ടെന്ന് ഗ്രീക്കുകാർ വിശ്വസിക്കുന്നു.

ശക്തരിൽ ശക്തനായ ഹെർക്കുലീസിന്റെ അന്ത്യം അടുത്തു കഴിഞ്ഞിരിക്കുന്നു. പക്ഷേ, തന്നെ ചതിച്ചവനോട് പ്രതികാരം

ചെയ്യാതെ ഹെർക്കുലീസ് പോകുമോ. ലീക്കോസ് ആണ് തന്നെ ചതിച്ചതെന്ന് ഹെർക്കുലീസ് വിചാരിച്ചു. അവനാണല്ലോ ഈ കുപ്പായം തനിക്ക് കൊണ്ടുവന്നു തന്നത്.

ഹെർക്കുലീസിന് അപകടം പറ്റിയ സമയത്തുതന്നെ ഭയന്നുപോയ ലീക്കോസ് ഒരു ഗുഹയിൽ കയറി ഒളിച്ചിരുന്നു. തീപിടിച്ച ശരീരവുമായി ഉഴറിനടക്കുമ്പോഴും ഹെർക്കുലീസ് അന്വേഷിച്ചത് ലീക്കോസിനെയായിരുന്നു. അതാ ആ ഗുഹ ഹെർക്കുലീസ് കണ്ടുപിടിച്ചുകഴിഞ്ഞിരിക്കുന്നു.

ഹെർക്കുലീസിനെ കണ്ടമാത്രയിൽ ലീക്കോസ് ഗുഹയിലിരുന്ന് ഉച്ചത്തിൽ നിലവിളിച്ചു: "അയ്യോ എന്നെ രക്ഷിക്കണേ... എന്നെ കൊല്ലരുതേ...." ഹെർക്കുലീസുണ്ടോ ഇതു കേൾക്കുന്നു. അയാൾ ലീക്കോസിനെ ഗുഹയിൽനിന്ന് വലിച്ചെടുത്ത് ചുഴറ്റി ഒറ്റ ഏറുകൊടുത്തു. പാവം ലീക്കോസ് ചെന്നു വീണത് ഒരു കടലിലാണ്. ആ കടലിന്റെ പേര് ഇയോബിയൻ കടൽ. ഇയോബിയൻ കടലിൽ ചെന്നുവീണ ലീക്കാസ് ഒരു പാറയായി മാറി. ഇന്നും മനുഷ്യരൂപത്തിലുള്ള ആ പാറ അവിടെ നിൽക്കുന്നത് കാണാനാവും.

ലീക്കോസിനെ വലിച്ചെറിഞ്ഞപ്പോഴാണ് ഹെർക്കുലീസിന് ബോധോദയം ഉണ്ടായത്. വേദനകൊണ്ട് അലറിപ്പാഞ്ഞുനടക്കുന്ന ഹെർക്കുലീസിനെനോക്കി നിസ്സഹായനായി നിന്ന മകനോട് അയാൾ വിളിച്ചു പറഞ്ഞു: "ഈ വഞ്ചനചെയ്തത് ദെയിനെയിരയാണ്. അവളെ എത്രയും വേഗം വധിക്കുക." ഇതു കേട്ട മകൻ വിളിച്ചു പറഞ്ഞു: "അമ്മ തെറ്റൊന്നും ചെയ്തിട്ടില്ല അച്ഛാ. അത് ആ കുതിരമനുഷ്യന്റെ വഞ്ചനയായിരുന്നു. ഇപ്പോൾ വന്നവർ ഒരു ദുരന്തവാർത്ത അറിയിച്ചിരിക്കുന്നു." "എന്താണത്?" ഹെർക്കുലീസ് ചോദിച്ചു. "അമ്മ അച്ഛനു സംഭവിച്ച ഈ അപകടത്തിൽ മനംനൊന്ത് വാളുകൊണ്ട് സ്വയം വെട്ടിമരിച്ചിരിക്കുന്നു." ഹെർക്കുലീസ് ഇത് കേട്ട് ഉറക്കെ നിലവിളിച്ചു.

ഹെർക്കുലീസ് തന്റെ മകനെ അടുത്തുവിളിച്ചു. എന്നിട്ടു പറഞ്ഞു: "ഈ മലയുടെ മുകളിലേക്ക് എന്നെ കൊണ്ടുപോവുക. നീ ഇങ്ങനെ കരയരുത്. അവിടെ ചെന്നിട്ട് ഓക്കുമരത്തിന്റെ വിറകുകൾ അടുക്കിവച്ച് എന്നെ അതിൽ കിടത്തുക." ഹെർക്കുലീസിന്റെ മകനും പരിവാരങ്ങളും അയാളെ മലമുകളിലേക്ക്

കൊണ്ടുപോയി. പിതാവ് പറഞ്ഞതുപോലെ തന്നെ നിറകണ്ണു
കളോടെ ആ മകൻ ഓക്കുമരത്തിനുമേൽ ഹെർക്കുലീസിനെ
കിടത്തി. ഈ രംഗം കണ്ട് ഹെർക്കുലീസിന്റെ സുഹൃത്തുക്കളും
ആരാധകരും പൊട്ടിക്കരഞ്ഞു.

തീപിടിച്ച ശരീരവുമായി ഓക്കുമരത്തിനുമേൽ കിടക്കുന്ന
ഹെർക്കുലീസ് ചുറ്റുമുള്ളവരെ അവസാനമായി ഒന്നു നോക്കി.
അതി ദയനീയമായിരുന്നു ആ കാഴ്ച. ശക്തിയുടെ ആൾരൂപ
മായ ഹെർക്കുലീസാണ് ഈ കിടക്കുന്നത്. ആ നോട്ടം നേരിടാ
നാവതെ പലരും കണ്ണീരോടെ മുഖം തിരിച്ചു.

"ഈ വിറകുകൾക്കു തീവയ്ക്കുക." കൂടിനിന്നവരോട് ഹെർക്കുലീസ് ആവശ്യപ്പെട്ടു. പക്ഷേ, ആരും അതിനുമുതിർന്നില്ല. വീണ്ടും വീണ്ടും അയാൾ ഇക്കാര്യം ആവശ്യപ്പെട്ടു കൊണ്ടേയിരുന്നു. "എന്റെ അവസാനത്തെ ഈ ആഗ്രഹം സാധിച്ചു തരാൻ ഇവിടെ ആരുമില്ലേ?" ഹെർക്കുലീസിന്റെ ശബ്ദ മുയർന്നു. പക്ഷേ, ഹെർക്കുലീസിനെ ജീവനോടെ ദഹിപ്പിക്കാൻ ആർക്കും മനസുവന്നില്ല. ആർക്കും അതിനുള്ള ധൈര്യം ഉണ്ടാ യിരുന്നില്ല എന്നു പറയുന്നതാവും ശരി.

അപ്പോഴാണ് ഒരു ആട്ടിടയനും അയാളുടെ മകനും ആ വഴി വന്നത്. അവരോടും ഹെർക്കുലീസ് വിറകിന് തീകൊളുത്താൻ ആവശ്യപ്പെട്ടു. ചിതയിൽ കിടക്കുന്നത് ഹെർക്കുലീസാണെന്ന് കണ്ട ആട്ടിടയൻ ഒന്നു നടുങ്ങി. എങ്കിലും തന്റെ മകനോട് ഇങ്ങനെ പറഞ്ഞു: "ഫിലോക്ടൈറ്റസേ ശക്തരിൽ ശക്തനായ ഹെർക്കുലീസാണ് ഈ കിടക്കുന്നത്. അദ്ദേഹത്തിന്റെ ആവശ്യം നീ കേട്ടില്ലേ. ധൈര്യമുണ്ടെങ്കിൽ ഈ ചിതയ്ക്കു തീകൊളുത്തു ക." ഫിലോക്ടൈറ്റസ് ചിതയ്ക്ക് സമീപത്തേക്ക് സധൈര്യം നടന്നുചെന്നു. എല്ലാവരും നോക്കിനിൽക്കേ ആ ചിതയ്ക്ക് അവൻ തീകൊളുത്തി. ചിതകത്തിയെരിയും മുമ്പേ ഹെർക്കു ലീസ് തന്റെ അമ്പും വില്ലും ആവനാഴിയും ഫിലോക്ടൈറ്റസിന് നൽകി.

ആളിപ്പടരുന്ന തീനാളങ്ങൾക്കിടയിലൂടെ ഒരു ജേതാവിനെ പ്പോലെയാണ് ഹെർക്കുലീസ് ചിതയിൽ കിടന്ന് മരണത്തെ നേരി ട്ടത്. ഇത് കണ്ട സ്യൂസ് ദേവൻ ഹെർക്കുലീസിനെ ഒളിമ്പസിലെ ദേവനായി ഉയർത്തി.

ശക്തിമാനായ ജെയ്സൺ

ഹെർക്കുലീസിനെപ്പോലെ തന്നെ ശക്തിമാനായിരുന്നു ജെയ്സൺ. നിരവധി വീര സാഹസിക കഥകൾ ജെയ്സണെ ക്കുറിച്ചുണ്ട്. അതിൽ ചില കഥകൾ കൂട്ടുകാർക്കായിതാ.

ഗ്രീസിലെ ഇയോൾക്കസ് എന്ന ദേശത്തെ ഏസൻ എന്ന രാജാവിന്റെ പുത്രനായിരുന്നു ജെയ്സൺ. കുട്ടിക്കാലത്തുതന്നെ ജെയ്സൺ വീരസാഹസികനായിരുന്നു. ആരെയും ആകർഷി ക്കുന്ന ഒരു കൊച്ചു സുന്ദരൻ. ഏകമകനായ ജെയ്സൺ വലു തായി രാജ്യഭാരമേറ്റെടുക്കുന്നതോടെ രാജ്യത്തിന്റെ നില വള രെയധികം മെച്ചപ്പെടുമെന്ന് എല്ലാവരും വിശ്വസിച്ചു. പക്ഷേ വിധി മറ്റൊന്നായിരുന്നു. ഏസന്റെ സഹോദരൻ പേലിയസ് ഒരു ദുഷ്ടനായിരുന്നു. അയാൾ സൂത്രത്തിൽ ഏസൻ രാജാവിനെ കൽത്തുറുങ്കിൽ അടച്ചു. എന്നിട്ട് സ്വയം രാജാവായി പ്രഖ്യാപി ച്ചു. ജെയ്സൺന്റെ ജീവൻ തന്നെ അപകടത്തിലായി. പേലിയസ് അവനെ വധിക്കുവാൻ തക്കംപാർത്തിരിക്കുകയായിരുന്നു. എന്നാൽ ബുദ്ധിമതിയും നല്ലവളുമായ ഒരു വേലക്കാരി കൊട്ടാ രത്തിലുണ്ടായിരുന്നു. ദുഷ്ടനായ പേലിയസ് രാജാവിന്റെ ഓരോ നീക്കങ്ങളും അവർ സൂക്ഷ്മമായി നിരീക്ഷിച്ചുകൊണ്ടിരുന്നു. രാജാവ് ബാലനായ ജെയ്സണെ കൊന്നുകളയുമെന്ന കാര്യം ഉറപ്പായപ്പോൾ അവർ രഹസ്യമായി ആ കുട്ടിയെ എടുത്ത് കൊട്ടാ

രത്തിൽനിന്ന് ദൂരെയുള്ള ഒരു സ്ഥലത്തേക്ക് പോയി. അത്യാവ ശ്യത്തിന് ഭക്ഷണസാധനങ്ങളും അവർ കരുതിയിരുന്നു. കൊട്ടാ രത്തിൽ സർവസൗഭാഗ്യങ്ങളോടെയും കഴിയേണ്ട ഈ കുട്ടിക്ക് വന്ന ദുർഗതിയിൽ ആ പരിചാരികയുടെ ഹൃദയം നൊന്തു. മന സ്സില്ലാമനസോടെ വിജനമായ ആ പ്രദേശത്ത് കൊച്ചുജെയ്സണെ ഉപേക്ഷിച്ച് അവർ കൊട്ടാരത്തിലേക്ക് മടങ്ങി.

പേലിയസ് ജെയ്സണെ കാണാതെ പലയിടത്തും അന്വേ ഷിച്ചു. നാളെ തനിക്ക് ഭീഷണിയായി വളർന്നുവരുന്ന അവനെ വകവരുത്താനായിരുന്നു അയാളുടെ ഈ അന്വേഷണം. അല്ലാതെ അവനെ കാണാതായതിന്റെ വിഷമത്തിലായിരുന്നി ല്ല.

ജെയ്സണാവട്ടെ പരിചാരിക തന്ന ഭക്ഷണം കഴിച്ച് അടു ത്തുകണ്ട മരച്ചോട്ടിൽ കിടന്ന് കുറച്ചുനേരം ഉറങ്ങി. ഉറക്കത്തിൽ തന്റെ പിതാവിന്റെ ചിരിക്കുന്ന മുഖം അവൻ സ്വപ്നം കണ്ടു. തന്റെ ജീവിതം വല്ലാതെ മാറിപ്പോയത് അവൻ സ്വയം തിരിച്ചറി യുകയായിരുന്നു.

ഉറക്കത്തിൽ നിന്നുണർന്ന ജെയ്സൺ തൊട്ടടുത്തുകണ്ട അരുവിയിലേക്ക് നടന്നു. അരുവിയിൽ തെളിഞ്ഞുകണ്ട തന്റെ മുഖത്തേക്ക് അവൻ കുറെ നേരം നോക്കിനിന്നു. അതിനുശേഷം ജലം കൈക്കുമ്പിളിൽ കോരിയെടുത്തു മുഖം കഴുകി. തണുത്ത വെള്ളം വീണപ്പോൾ ആകെയൊരു ഉന്മേഷം തോന്നി. പക്ഷേ ഇനി എങ്ങോട്ട് പോകണമെന്ന ചിന്ത അവനെ അലട്ടിക്കൊണ്ടിരുന്നു. ഏതായാലും മുന്നോട്ടു നടക്കുകതന്നെ.

അങ്ങനെ നടന്നുനടന്ന് അവൻ ചെന്നെത്തിയത് കൈറണിന്റെ ഗുരുകുലത്തിലാണ്. കൈറൺ തികഞ്ഞ അഭ്യാസിയും ആയുധപരിശീലകനുമായിരുന്നു. മാത്രമല്ല ഒരു വിചിത്ര ജീവിയായിരുന്നു അയാൾ. ശരീരത്തിന്റെ പകുതി ഭാഗം കുതിരയുടെയും പകുതി ഭാഗം മനുഷ്യന്റേതുമായിരുന്നു. ജെയ്സൺ അയാളെക്കണ്ടപ്പോൾ അത്ഭുതമടക്കാനായില്ല. അവൻ കൈറണെ നോക്കി വാപിളർന്നു നിന്നു. ഗ്രീസിലെ പ്രധാനപ്പെട്ട ആയുധ പരിശീലനകേന്ദ്രമായിരുന്നു കൈറണിന്റേത്. മാത്രമല്ല സംഗീതം, നൃത്തം, വൈദ്യം, കുതിരസവാരി തുടങ്ങി എല്ലാം ഈ അത്ഭുതമനുഷ്യൻ പഠിപ്പിച്ചിരുന്നു.

വാപിളർന്നു നിൽക്കുന്ന ജെയ്സണെ കൈറൺ ചേർത്തു പിടിച്ചു. ആദ്യനോട്ടത്തിൽ തന്നെ കൈറൺ അവനോട് മതിപ്പ് തോന്നിയിരുന്നു. അങ്ങനെ ജെയ്സൺ കൈറണ്ന്റെ പ്രധാന ശിഷ്യനായിത്തീർന്നു. ബുദ്ധിയിലും കായികപരിശീലനത്തിലുമുള്ള അവന്റെ പാടവം അതിശയിപ്പിക്കുന്നതായിരുന്നു.

ജെയ്സൺ വർഷങ്ങളോളം ഗുരുവിന്റെ കീഴിൽ വിദ്യ അഭ്യസിച്ചു. ഇപ്പോൾ അവന് ഇരുപത് വയസായി. ഒരുദിവസം കൈറൺ അവനെ അടുത്തുവിളിച്ചു. ജെയ്സണെ ചേർത്തു നിർത്തി ഗുരു പറഞ്ഞു: "ജെയ്സൺ നീ ഇന്ന് ഒരു യുവാവാണ്. ഇവിടെനിന്ന് പഠിക്കേണ്ടതെല്ലാം പഠിച്ചുകഴിഞ്ഞിരിക്കുന്നു. നിന്റെ ജീവിതത്തിൽ സംഭവിച്ച കാര്യങ്ങളെല്ലാം നിനക്കിപ്പോൾ നന്നായിട്ടറിയാം. നിന്റെ പിതാവിനെ തുറങ്കിലടച്ച പേലിയസിനെ നീ പോരാടി തോൽപ്പിക്കണം. നിനക്കതിന് കഴിയും. പോവുക, പോരാടുക, വിജയിക്കുക."

ഗുരുനാഥന്റെ കാൽ തൊട്ടുവന്ദിച്ച് സഹപാഠികളോട് യാത്ര പറഞ്ഞ് ജെയ്സൺ യാത്രയായി. മുന്നിൽ നീണ്ടുകിടക്കുന്ന വിജ

നമായ വഴി. ലക്ഷ്യത്തിലെത്താൻ എന്തുചെയ്യണമെന്ന് യാതൊരു ഊഹവുമില്ല. മുന്നോട്ട് നടക്കുകതന്നെ. തടവിൽക്കിടക്കുന്ന പിതാവിന്റെ രൂപം മനസിൽ തെളിഞ്ഞുവരികയാണ്. എങ്ങനെയും അച്ഛനെയും രാജ്യത്തെയും വീണ്ടെടുക്കണം. ഗുരു വിന്റെ വാക്കുകൾ അവന്റെ കാതുകളിൽ മുഴങ്ങി: 'പോവുക, പോരാടുക വിജയിക്കുക.' ആ വാക്കുകൾ ജെയ്സണിൽ പുതിയ ഒരു ഉന്മേഷം നിറച്ചു. അവൻ ആവേശത്തോടെ മുന്നോട്ട് നടന്നു. കാടും മേടും പിന്നിട്ട് ജെയ്സൺ നടക്കുകയാണ്. ഇരു കരങ്ങ ളിലും അവൻ ആയുധമേന്തിയിട്ടുണ്ടായിരുന്നു. ആരു കണ്ടാലും ഒരു പോരാളിയാണെന്ന് പറയുന്ന ആകാരഭംഗി ജെയ്സണു ണ്ടായിരുന്നു. അങ്ങനെ നടന്നു നടന്ന് അവൻ ഒളിമ്പസ് മല യിൽനിന്ന് ഉത്ഭവിക്കുന്ന ഒരു പുഴയുടെ തീരത്തെത്തി. പുഴ നിറഞ്ഞുകവിഞ്ഞൊഴുകുകയാണ്. എങ്ങനെയാണ് ഈ പുഴക ടക്കുക? അവൻ ചുറ്റും നോക്കി. ആരെയും കാണുന്നില്ലല്ലോ. പെട്ടെന്നതാ ഒരു വൃദ്ധ ജെയ്സണുമുമ്പിൽ പ്രത്യക്ഷപ്പെട്ടു. പല്ലി ല്ലാത്ത മോണകൾ കാട്ടി മുത്തശ്ശി ചിരിച്ചു. എന്നിട്ടു പറഞ്ഞു: "മകനേ ആരോരുമില്ലാത്ത ഒരു പാവം കിഴവിയാണ് ഞാൻ. ഈ പുഴയ്ക്കക്കരെയാണ് എന്റെ വീട്. എനിക്ക് വീട്ടിലെത്താൻ നീ സഹായിക്കുമോ. പുഴകടക്കാനുള്ള ശക്തിയെന്നും എനിക്കി ല്ല." ഇതുകേട്ടപ്പോൾ ജെയ്സണ് നല്ല ദേഷ്യമാണ് വന്നത്. കുത്തി യൊലിച്ചുപായുന്ന ഈ പുഴകടക്കാൻ തനിക്ക് ഒറ്റയ്ക്കാവുന്നി ല്ല. അപ്പോഴാണ് ഒരു കിഴവയെക്കൂടി സഹായിക്കുന്നത്. പക്ഷേ, പെട്ടെന്ന് തന്റെ ഗുരു പറഞ്ഞ കാര്യങ്ങൾ ജെയ്സൺ ഓർത്തു. "അനാഥരെയും ദുർബലരെയും സഹായിക്കുക എന്നത് നിന്റെ കടമയായി കാണണം." ഗുരുവിന്റെ ഈ വാക്കുകൾ താൻ ഒരുനിമിഷത്തേക്കെങ്കിലും മറന്നു പോയല്ലോ എന്ന് അവൻ കുറ്റ ബോധത്തോടെ ചിന്തിച്ചു. മുത്തശ്ശി വലിയ പ്രതീക്ഷയോടെ ജെയ്സണെ ഉറ്റുനോക്കിനിൽക്കുകയാണ്. പാവം എന്തു സംഭ വിച്ചാലും ഈ വൃദ്ധയെക്കൂടി അക്കരെ കടത്തണം. ഇങ്ങനെ മനസിലുറപ്പിച്ചുകൊണ്ട് ജെയ്സൺ പറഞ്ഞു: "മുത്തശ്ശീ എന്റെ തോളിൽ മുറുകെപ്പിടിച്ചിരുന്നോളൂ. ഞാൻ പുഴയിലേക്കിറങ്ങു കയാണ്."

അങ്ങനെ മുത്തശ്ശിയേയും ചുമലിലേറ്റി ജെയ്സൺ കുത്തി

യൊലിച്ചു പായുന്ന പുഴ നീന്തിക്കടക്കാൻ തുടങ്ങി. ശക്തമായ ഒഴുക്കാണ്. ഒഴുക്കിനെതിരെ നീന്തുക പ്രയാസമുള്ള കാര്യം തന്നെ. ജെയ്സണെപ്പോലെ ശക്തിമാന്മാരായവർ പോലും പത റിപ്പോകുന്നു. പലപ്പോഴും അവന്റെ കാലുകൾ കുഴഞ്ഞു. തന്റെ ചുമലിൽ ഒരു വൃദ്ധയായ സ്ത്രീകൂടിയുണ്ട്. തനിക്കെന്തു സംഭ വിച്ചാലും അവർക്ക് ഒന്നും വരരുത്. ഈ കുത്തൊഴുക്കിൽ ഒലി ച്ചുപോയാൽ തന്റെ ജീവൻ മാത്രമല്ലോ നഷ്ടപ്പെടുക. നിരപരാ ധിയായ ഒരു മനുഷ്യജീവൻ കൂടിയല്ലേ. ഈ ചിന്ത ജെയ്സണ് കൂടുതൽ ശക്തിയായി നീന്താൻ പ്രേരണയായി.

അവസാനം തന്റെ മനക്കരുത്തും ശക്തിയുംകൊണ്ട് ജെയ്സൺ നീന്തി മറുകരയിലെത്തി. എന്നിട്ട് വൃദ്ധയെ ചുമലി ൽ നിന്നിറക്കി. അവന് തന്റെ കണ്ണുകളെ വിശ്വസിക്കാൻ കഴി ഞ്ഞില്ല. ഇതാ വൃദ്ധയ്ക്കുപകരം അതിസുന്ദരിയായ ഒരു ദേവത അവിടെ നിൽക്കുന്നു. ദേവതയുടെ കൈയിൽ മാതളങ്ങനാര ങ്ങയുണ്ടായിരുന്നു. പെട്ടെന്നുതന്നെ ഒരു മയിൽ അവിടെ പറന്നുവന്ന് ദേവതയ്ക്കുസമീപം നിന്നു. മാതളനാരങ്ങയും മയി ലും ഹീരാദേവിയുടെ അടയാളമാണല്ലോ. ജെയ്സൺ ആശ്ചര്യം വിടാതെ ഇങ്ങനെ ചിന്തിച്ചുകൊണ്ടു നിൽക്കെ ദേവി പറഞ്ഞു: "ജെയ്സൺ നീ സംശയിക്കേണ്ട, ഞാൻ ഹീരാദേവിതന്നെ. ദേവാധി ദേവനായ ന്യൂസ് ദേവന്റെ ഭാര്യ. ജെയ്സൺ നീ ശക്തി മാനും കരുണയുള്ളവനുമാണ്. വൃദ്ധയുടെ വേഷത്തിൽ വന്ന് ഞാൻ നിന്നെ പരീക്ഷിക്കുകയായിരുന്നു. ആ പരീക്ഷണത്തിൽ നീ വിജയിച്ചിരിക്കുന്നു. ഇന്നു മുതൽ ഞാൻ നിന്റെ രക്ഷയ്ക്ക് കൂടെ ഉണ്ടായിരിക്കും. നിന്റെ എല്ലാ പ്രതിസന്ധികളെയും നീക്കാൻ ഞാൻ ഓടിയെത്തും. നിനക്ക് ഒരു ലക്ഷ്യമുണ്ടെന്നെനി ക്കറിയാം. നീ ധീരമായി മുന്നോട്ടു പോവുക, നിന്റെ സിംഹാ സനം നീ വീണ്ടെടുക്കുക. ആപത്തുകളിൽ രക്ഷിക്കാൻ ഞാനുണ്ട് നിന്റെ കൂടെ." ഇതു പറഞ്ഞ് ഹീരാദേവി അപ്രത്യ ക്ഷയായി.

ജെയ്സണ് വല്ലാത്ത സന്തോഷം തോന്നി. ഇനി തനി ക്കൊന്നും പേടിക്കാനില്ല. സാക്ഷാൽ ഹീരാദേവി തന്റെ രക്ഷ യ്ക്കുണ്ടല്ലോ. മുന്നോട്ടുനടക്കുകതന്നെ. അപ്പോഴാണ് ഒരു കാര്യം ജെയ്സണിന്റെ ശ്രദ്ധയിൽപ്പെട്ടത്. തന്റെ ഒരു കാലിലെ ചെരിപ്പ്

നീന്തുമ്പോൾ ഒഴുക്കിൽ നഷ്ടപ്പെട്ടുപോയിരിക്കുന്നു. ഇപ്പോൾ ഒരു കാലിൽ മാത്രമേ ചെരിപ്പുള്ളൂ. കല്ലും മുള്ളും നിറഞ്ഞ ഈ പാതയിൽ ഒരു ചെരിപ്പെങ്കിൽ ഒരു ചെരിപ്പ്. അതുകളയണ്ട. അങ്ങനെ ഒരു കാലിൽ മാത്രം ചെരിപ്പുധരിച്ചുകൊണ്ട് ജെയ്സൺ മുന്നോട്ടു നീങ്ങി. ലക്ഷ്യം പേലിയസിന്റെ കൊട്ടാരം തന്നെ. അല്ല, പേലിയസ് തട്ടിയെടുത്ത അവന്റെ കൊട്ടാരം.

ഈ സമയത്ത് കൊട്ടാരത്തിൽ പേലിയസ് വാലിന് തീപിടി ച്ചതുപോലെ അങ്ങോട്ടുമിങ്ങോട്ടും നടക്കുകയായിരുന്നു. കാരണമെന്താണെന്നോ. അയാൾ ഒരശരീരികേട്ടു: പേലിയസ് ഒരു പാദം മാത്രം നഗ്നനായ ഒരാൾ വന്ന് നിന്നെ കീഴടക്കും. ഇതുകേട്ട് ദുഷ്ടനായ പേലിയസ് പേടിച്ചുപോയി. ഒരു പാദം മാത്രം നഗ്നനായ ഒരാൾ. അങ്ങനെ ആരെങ്കിലും നടക്കുമോ. പേലിയസിന് ഉറക്കം നഷ്ടപ്പെട്ടു. സമനില തെറ്റി. ആരായി രിക്കും അയാൾ? അത് മറ്റാരുമല്ല, ഈ രാജ്യത്തിന്റെ യഥാർഥ അവകാശിയായ ജെയ്സൺ ആണെന്ന് നമുക്കല്ലേ അറിയൂ.

ജെയ്സൺ തന്റെ ഒറ്റക്കാലൻ ചെരിപ്പും ധരിച്ച് കൊട്ടാര ത്തിലെത്തി. അപരിചിതനും ആയുധധാരിയുമായ ജെയ്സണെ കണ്ടതും പേലിയസ് ആദ്യം നോക്കിയത് അവന്റെ പാദത്തിലേ ക്കാണ്. അയ്യോ അതാ ഈ വന്നു നിൽക്കുന്നവന് ഒരു കാലിലേ ചെരിപ്പുള്ളൂ. പ്രവചനം ഫലിക്കുമോ. അയാൾ ആകെ പരിഭ്രാന്ത നായി ജെയ്സണെ തുറിച്ചുനോക്കി. അയാൾ വീണ്ടും ഞെട്ടി. അയ്യോ ഇത് താൻ തടവിലാക്കിയ തന്റെ ജ്യേഷ്ഠന്റെ പുത്രനല്ലേ? പണികിട്ടിയതുതന്നെ. പക്ഷേ, ചിന്തിച്ചുനിൽക്കാൻ സമയമില്ല. ഇവനെ എങ്ങനെയെങ്കിലും നശിപ്പിക്കണം. നേരിട്ടൊരു ആക്രമണം ബുദ്ധിയില്ല. പേലിയസ് സന്തോഷം നടിച്ചുകൊണ്ട് ജെയ്സണെ സ്വീകരിച്ചു. അയാൾ കള്ളക്കണ്ണീരൊഴുക്കിക്കൊണ്ട് പറഞ്ഞു: "മോനെ ജെയ്സൺ നീ ഇത്രകാലം എവിടെയായി രുന്നു? ഈ രാജ്യം നിന്റേതാണ്. നീ വരുമെന്നെനിക്കറിയാമാ യിരുന്നു. അതുവരെ ഇതാ നിന്റെ രാജ്യം ഞാൻ കാത്തുസൂക്ഷി ച്ചു. ഇനി ഈ രാജ്യം നിനക്ക് തിരികെ തരാൻ എനിക്ക് സമ്മത മാണ്. പക്ഷേ ഈ രാജ്യത്തിന്റെ സുരക്ഷ ശക്തനായ ഒരാളുടെ കൈയിലാണ് ഏൽപ്പിക്കുന്നതെന്ന് എനിക്ക് ജനങ്ങളെ ബോധ്യ പ്പെടുത്തേണ്ടതുണ്ട്. അതുകൊണ്ട് ഗ്രീസിന് നഷ്ടപ്പെട്ട

സുവർണമേഷരോമം വീണ്ടെടുത്തുകൊണ്ടുവരണം. നീ ശക്ത നാണെന്ന് എനിക്കറിയാം. പക്ഷേ പ്രജകളെ ബോധിപ്പിക്കാ നാണ് ഞാനിതാവശ്യപ്പെടുന്നത്." ദുഷ്ടനായ പേലിയസിന്റെ തന്ത്രം ജെയ്സൺ മനസിലായി. അസാധ്യമായ കാര്യമാണ് അയാൾ തന്നോട് ആവശ്യപ്പെട്ടിരിക്കുന്നത്. ഭൂമിയുടെ അതിർത്തിയായ കോൾക്കിസിൽനിന്നാണ് സുവർണമേഷരോമം കൊണ്ടുവരേണ്ടത്. അത് അപകടം പിടിച്ചതും ദുഷ്കരവുമായ കാര്യമാണ്. പക്ഷേ തനിക്കതു പറ്റില്ലെന്നുപറഞ്ഞാൽ അതോടെ അയാൾ ജനപിന്തുണയോടെ തന്നെ ഇവിടെ നിന്ന് ഓടിക്കും. വല്ലാത്ത ദുർഘടം പിടിച്ച അവസ്ഥയിലാണ് ഈ ദുഷ്ടൻ തന്നെ അകപ്പെടുത്തിയിരിക്കുന്നത്. സുവർണമേഷരോമം കൊണ്ടുവ ന്നാൽ യവനലോകം മുഴുവൻ തന്നെ ആദരിക്കും. മാത്രമല്ല വളരെ എളുപ്പത്തിൽ തന്റെ രാജ്യം വീണ്ടെടുക്കുകയും ചെയ്യാം. ഇങ്ങനെ പോയി ജെയ്സൺന്റെ ചിന്തകൾ. പേലിയസിന്റെ മന സിൽ ചിരിപൊട്ടി. ഇവൻ ഈ കുരുക്കിൽ വീണതു തന്നെ. അയാൾ ജെയ്സണോടു ചോദിച്ചു: "എന്തു തീരുമാനിച്ചു നീ?" അപ്പോൾ ജെയ്സൺ മറുപടി പറഞ്ഞു: "സുവർണമേഷരോമം കൊണ്ടുവരാൻ ഞാനിതാ യാത്രയാകുന്നു."

ജെയ്സണും സ്വർണ ആടും

ജെയ്സൺ കൊണ്ടുവരാൻ പോകുന്ന ഈ സുവർണ മേഷരോമം എന്താണ്. ജെയ്സൺ ഏതായാലും അവിടെ എത്തുമ്പോഴേക്കും അതിനെക്കുറിച്ചുള്ള കഥ പറയാം. മേഷ മെന്നാൽ ആട് എന്നാണ് അർഥം. ഇയോൾക്കസ് രാജ്യത്തിന്റെ കുലചിഹ്നവും അഭിമാനമുദ്രയുമായിരുന്നു സുവർണമേഷരോ മം. ജെയ്സൺ ജനിക്കുന്നതിന് ഒരുപാട് വർഷം മുമ്പ് ഗ്രീസ് ഭരിച്ചിരുന്ന ഒരു രാജാവായിരുന്നു അത്തമാസ്. അത്തമാസ് രാജാ വിന്റെ രാജ്ഞിയുടെ പേര് നെഫേല എന്നായിരുന്നു. ഏറെ സന്തോഷത്തോടെയാണ് രാജാവും രാജ്ഞിയും കഴിഞ്ഞിരുന്ന ത്. അവർക്ക് രണ്ടുകുട്ടികൾ ജനിച്ചു. ഫ്രിക്സസും ഹെല്ലയും.

അങ്ങനെയിരിക്കേ അത്തമാസ് രാജാവ് മറ്റൊരു വിവാഹം കൂടി കഴിച്ചു. ഈനോ എന്നായിരുന്നു രാജാവിന്റെ പുതിയ പത്നിയുടെ പേര്. രാജാവിന് ആദ്യഭാര്യയായ നെഫേല യോടുള്ള സ്നേഹം കുറഞ്ഞു കുറഞ്ഞുവന്നു. അവസാനം സ്വന്തം കുട്ടികളെ ഉപേക്ഷിച്ച് അവർക്ക് നാടുവിടേണ്ടിവന്നു. ഈനോ ദുഷ്ടയായിരുന്നു. രാജാവിന്റെ ആദ്യഭാര്യയെ ഓടിച്ചു വിടുന്നതിന്റെ പിന്നിൽ ഈ ദുഷ്ട സ്ത്രീയായിരുന്നു. നെഫേലയെ ഓടിച്ചതിനുശേഷം അവരുടെ രണ്ടുകുട്ടികളെയും എങ്ങനെയും വധിക്കുക എന്നതായിരുന്നു ഈനോയുടെ അടു ത്ത ലക്ഷ്യം. ഈനോയുടെ ഈ ഉള്ളിലിരിപ്പ് ദൂതന്മാർ അപ്പ

പ്പോൾ നെഫേല യെ അറിയിക്കുന്നുണ്ടായിരുന്നു. തന്റെ പൊന്നു മക്കളെ മരണത്തിനു വിട്ടുകൊടുത്തിട്ട് താൻ പിന്നെ ജീവിച്ചിരു നിട്ട് എന്തു കാര്യം. എങ്ങനെയെങ്കിലും തന്റെ മക്കളെ രക്ഷിക്ക ണം. ആ അമ്മയുടെ ഹൃദയം മക്കളെക്കുറിച്ചോർത്ത് തേങ്ങി.

എങ്ങനെയാണ് തന്റെ പിഞ്ചോമനകളെ രക്ഷിക്കാനാവുക? ആരാണ് തന്നെ സഹായിക്കുക? പെട്ടെന്നാണ് നെഫേല ഹെർമസ് ദേവന്റെ കാര്യമോർത്തത്. ഹെർമസ് ദേവൻ തന്റെ ബന്ധുകൂടിയാണ്.

ഉടൻതന്നെ നെഫേല ഹെർമസ് ദേവനെ തന്റെ നിസ്സഹാ യാവസ്ഥ ബോധിപ്പിച്ചു. എല്ലാം കേട്ടതിനുശേഷം ഹെർമസ് ദേവൻ പറഞ്ഞു: "നെഫേല നീ ഒന്നുകൊണ്ടും വിഷമിക്കേണ്ട. ഞാൻ ഇതിന് ചില സൂത്രങ്ങൾ കണ്ടിട്ടുണ്ട്." പെട്ടെന്നതാ അവ രുടെ മുമ്പിൽ ഒരു ആട് പ്രത്യക്ഷപ്പെടുന്നു. സാധാരണ ആട് അല്ല അതെന്ന് ഒറ്റനോട്ടത്തിൽ തന്നെ അറിയാം. കാരണം ഈ ആടിന് രണ്ട് ചിറകുകൾ ഉണ്ടായിരുന്നു. അതിന്റെ രോമമോ സ്വർണംകൊണ്ടുള്ളതായിരുന്നു. സ്വർണരോമങ്ങളും ചിറകുക ളുമുള്ള ആട്! വിചിത്രം തന്നെ. നെഫേല നോക്കിനിൽക്കെ ആട് ഭൂമിയിൽനിന്നും പറന്നുയർന്നു മറഞ്ഞു. എന്താണ് സംഭവിക്കു ന്നതെന്ന് അവൾക്ക് ഒരെത്തും പിടിയും കിട്ടിയില്ല. നിമിഷനേരം കൊണ്ട് ആ ആട് വീണ്ടും പറന്നെത്തി. ആടിന്റെ ചുമലിൽ അതാ തന്റെ ഓമനമക്കൾ, ഫ്രിക്സസും ഹെല്ലയും. സന്തോഷംകൊണ്ട് ആ അമ്മയുടെ കണ്ണുകൾ നിറഞ്ഞു. നെഫേല ഓടിച്ചെന്ന് കുട്ടി കളെ രണ്ടുപേരെയും വാരിയെടുത്തു.

ഹെർമസ് ദേവൻ ആടിനോട് ഇങ്ങനെ ആജ്ഞാപിച്ചു: "ഹേ സ്വർണമേഷമേ.. നീ ഈ കുട്ടികളെയും കൊണ്ട് കോൾക്കിസി ലേക്ക് പറക്കുക." ഹെർമസ് ദേവൻ കുട്ടികളെ നെഫേലയിൽ നിന്ന് വാങ്ങി ആടിന്റെ പുറത്തിരുത്തി. ഉടൻതന്നെ സുവർണ മേഷം കുട്ടികളെയും കൊണ്ട് പറന്നുയർന്നു. തന്റെ കുട്ടികൾ പറന്നുമറഞ്ഞതുനോക്കി നെഫേല ഉറക്കെ കരഞ്ഞു. കുട്ടികളും കരയുന്നുണ്ടായിരുന്നു. ഹെർമസ് ദേവൻ ആ അമ്മയെ ആശ്വസി പ്പിച്ചുകൊണ്ടിരുന്നു. ഒരു പൊട്ടുപോലെ ആട് ചക്രവാളത്തിൽ മറഞ്ഞു. അമ്മേ.. എന്ന കുട്ടികളുടെ കരച്ചിൽ അവിടെയാകെ തങ്ങിനിന്നു.

ആട് ആകാശത്തിലൂടെ കുട്ടികളെയും ചുമലിലേറ്റി പറക്കു കയാണ്. കുട്ടികൾ ഇപ്പോൾ ആടിന്റെ ചുമലിലിരുന്ന് തേങ്ങിത്തേങ്ങി കരയുകയാണ്. പെട്ടെന്നതാ ഹെല്ല ബാലൻസ് തെറ്റി താഴേക്ക് വീണു. അവൾ നിലവിളിച്ചുകൊണ്ട് ആഴത്തി ലേക്ക് മറഞ്ഞുപോയി. ഹെല്ലാ ഹെല്ലാ എന്നു കരയാൻ മാത്രമേ ഫ്രിക്സിന് കഴിയുമായിരുന്നുള്ളൂ. അതിവേഗത്തിൽ ആട് പറ ക്കുകയാണ്.

ഹെല്ല ചെന്നു വീണത് ഒരു കടലിടുക്കിലാണ്. ഹെല്ല വീണ ആ കടലിടുക്ക് പിൽക്കാലത്ത് ഹെല്ലസ്പോണ്ഡ് എന്നറിയ പ്പെട്ടു.

ഭയന്നുവിറച്ച് പുറത്ത് അള്ളിപ്പിടിച്ചിരുന്ന ഫ്രിക്സിനെയും കൊണ്ട് സുവർണമേഷം കോൾക്കിസിലെത്തി. വിചിത്രമായ ഈ ആടിനെയും തേജോമയനായ ഫ്രിക്സിനെയും കണ്ട അവിടത്തെ ജനങ്ങൾ അത്ഭുതസ്തബ്ധരായി നിന്നു. തങ്ങളുടെ രാജ്യത്ത് ഒരു ദേവൻ അവതരിച്ചിരിക്കുന്നു എന്ന വാർത്ത അവിടമാകെ പരന്നു. രാജാവ് നേരിട്ടുതന്നെ അവിടെയെത്തി ഫ്രിക്സിനെ കൊട്ടാരത്തിലേക്ക് ആനയിച്ചു. തന്റെ രാജ്യത്തിന്റെ ഐശ്വര്യമാണ് ഈ രാജകുമാരന്റെ സന്ദർശനമെന്ന് രാജാവും പ്രജകളും വിശ്വസിച്ചു. അതിനുള്ള പ്രത്യുപകാരമായി അവർ സ്യൂസ് ദേവന് സ്വർണ ആടിനെ ബലിനൽകി. അതിനുശേഷം സ്വർണരോമങ്ങളുള്ള അതിന്റെ തോൽ ഉണക്കിയെടുത്ത് വലിയൊരു ഓക്കുമരത്തിൽ രാജാവ് പ്രദർശിപ്പിച്ചു. കാവലിനായി ഒരിക്കലും ഉറങ്ങാത്ത ഒരു സത്വത്തെ കാവൽ നിർത്തുകയും ചെയ്തു.

ഫ്രിക്സിന് നല്ല സ്വീകരണമായിരുന്നു കൊട്ടാരത്തിൽ ലഭിച്ചത്. സൗഭാഗ്യകരമായ അന്തരീക്ഷത്തിൽ അവൻ ഒരു സ്വപ്നകുമാരനായി വളർന്നു. പിന്നീട് രാജാവ് തന്റെ മൂത്തപുത്രിയെ വിവാഹം കഴിച്ചുകൊടുത്തു. സന്തോഷകരമായ നാളുകൾ വേഗം കഴിഞ്ഞുപോയി. രാജാവിന്റെ തലയിൽ ചില ദുഷ്ടവിചാരങ്ങൾ കടന്നുകൂടി. ഫ്രിക്സിനെ ചുമലിലേറ്റി പറന്നു വന്ന ആടിന്റെ സ്വർണരോമങ്ങൾ ഉള്ള തോല് ഈ രാജ്യത്തിന്റെ അഭിമാനമായി നിലനിൽക്കുകയാണ്. ഫ്രിക്സ് ഈ രാജ്യത്തുള്ളവനല്ല. അവന്റെ നാട് അങ്ങ് ഗ്രീസിലാണ്. എന്നെങ്കിലും അവൻ തന്നെയും തന്റെ മകളെയും ഉപേക്ഷിച്ചുപോയാൽ ഈ സുവർണമേഷത്തിന്റെ തോൽ കൊണ്ടുപോകുമെന്നുറപ്പാണ്. ഈ ചിന്തകൾ രാജാവിന്റെ ഉറക്കം കെടുത്തി. അവസാനം അതിന് പരിഹാരമായി രാജാവ് ഒരു ദുഷ്ടപ്രവൃത്തിയാണ് ചെയ്തത്.

സ്വാർഥനായ രാജാവ് ഫ്രിക്സസിനെ വധിക്കുകയാണ് ചെയ്തത്. സുവർണമേഷരോമം തങ്ങൾക്കവകാശപ്പെട്ടതാണെന്ന ഗ്രീക്കുകാരുടെ വിശ്വാസം നാൾക്കുനാൾ വർധിച്ചു. ഗ്രീസിൽ അതിനെക്കുറിച്ചറിയാത്ത ആരുമില്ലായിരുന്നു. എന്നാൽ ഇതുവരെ അത് ഇവിടെ എത്തിക്കാൻ ആരും തയ്യാറായില്ല. എല്ലാവരും അത് ആഗ്രഹിച്ചിരുന്നു. ഗ്രീക്കിലെ കവികൾ

സുവർണമേഷരോമത്തെ വാഴ്ത്തിപ്പാടുമായിരുന്നു. തങ്ങളുടെ അഭിമാനമാണ് വർഷങ്ങളായി മറ്റൊരു രാജ്യത്ത് ഇരിക്കുന്ന തെന്ന് ഓരോ ഗ്രീക്കുകാരനും വിശ്വസിച്ചു.

ഈ സന്ദർഭത്തിലാണ് പേലിയസ് രാജാവ് ജെയ്സണോട് സ്വർണമേഷത്തിന്റെ രോമം കൊണ്ടുവരാൻ വെല്ലുവിളിച്ചത്. ജെയ്സൺ ആ വെല്ലുവിളി ഏറ്റെടുക്കുകയും ചെയ്തു. തന്റെ രാജ്യത്തിനും പ്രജകൾക്കുവേണ്ടി, നഷ്ടപ്പെട്ട തന്റെ അധികാര ത്തിനുവേണ്ടി, ദുഷ്ടനായ പേലിയസിനെ തറപറ്റിക്കുന്നതിനു വേണ്ടി ജെയ്സൺ ആ വെല്ലുവിളി സ്വീകരിക്കുകയായിരുന്നു.

ഇനി സ്വർണമേഷരോമത്തിനായുള്ള ജെയ്സണിന്റെ വീര സാഹസിക യാത്രകളിലേക്ക്.

കപ്പൽ യാത്ര

സുവർണമേഷരോമത്തിനായുള്ള തന്റെ യാത്രയിൽ തന്നെ ആരും സഹായിക്കില്ലെന്ന് ജെയ്സൺ അറിയാമായിരുന്നു. സൈന്യങ്ങളോ മറ്റ് സൗകര്യങ്ങളോ പേലിയസ് തരില്ല. മരണ ത്തിലേക്ക് തള്ളിവിടാനാണ് അയാൾ ഈ ഉദ്യമം തന്നെ ഏൽപ്പിച്ചത്. അപ്പോൾ പിന്നെ കൂടുതലൊന്നും പ്രതീക്ഷിക്കാൻ വകയില്ല.

പോകാനും വയ്യ പോകാതിരിക്കാനും വയ്യ എന്ന അവസ്ഥ യിലാണിപ്പോൾ താൻ. ജനങ്ങളെല്ലാം ഈ വാർത്ത അറിഞ്ഞു കഴിഞ്ഞിരിക്കുന്നു. വെല്ലുവിളി സ്വീകരിച്ചുകഴിഞ്ഞു. ഇനി പി ന്മാറാൻ കഴിയില്ല. എന്നാൽ ഇതിന്റെ ഭാവി എന്താണെന്ന് ഒന്ന റിഞ്ഞാൽ കൊള്ളാം. അതിനെന്താണൊരു പോംവഴി? ജെയ്സൺ അങ്ങനെ ചിന്തിച്ചിരിക്കുമ്പോഴാണ് ഒരു കാര്യ മോർത്തത്. ഗ്രീസിന്റെ തെക്കേ അറ്റത്ത് ഒരു പ്രവചനകേന്ദ്രമു ണ്ട്. പ്രവചനം നടത്തുന്നത് അത്ഭുതസിദ്ധിയുള്ള ഒരു ഓക്കുമ രമാണ്. പ്രാചീന കാലം മുതൽക്കേ അത് പ്രവചനങ്ങൾ നട ത്തിപ്പോരുന്നതായി ഗുരു ഒരിക്കൽ പറഞ്ഞത് അവൻ ഓർത്തു. അങ്ങോട്ടു പോവുകതന്നെ.

സംസാരിക്കുന്ന ആ വൃക്ഷത്തിന്റെ അടുത്തുചെന്ന് വൃക്ഷ പൂജ തുടങ്ങി. അതിനുശേഷം മനസും ശരീരവും ഏകാഗ്രമാക്കി

വൃക്ഷത്തിന്റെ ചുവട്ടിൽ ഇരിപ്പുറപ്പിച്ചു. കണ്ണുകൾ ഇറുകെ പൂട്ടി കുറെ നേരമിരുന്നപ്പോൾ വൃക്ഷത്തിന്റെ ശബ്ദം കേൾക്കാൻ തുടങ്ങി: "ധീരനും ശക്തിമാനുമായ യുവാവേ, നിന്റെ ആശങ്ക കൾ ഞാനറിയുന്നു. ഇങ്ങോട്ടൊന്നും ചോദിക്കേണ്ട, എല്ലാം നിനക്കു ഞാൻ പറഞ്ഞുതരാം. കോൾക്കിസിലേക്കുള്ള യാത്ര യിൽ നീ ആദ്യം ചെയ്യേണ്ടത് പറയാം. നിന്റെ രാജ്യത്ത് ഒരു കപ്പൽ പണിക്കാരനുണ്ട്. അവന്റെ പേര് ആർഗസ് എന്നാണ്. അയാളെ ചെന്നുകണ്ട് അമ്പതുപേർക്ക് തുഴയാൻ കഴിയുന്ന ഒരു കപ്പൽ പണിയുവാൻ ആവശ്യപ്പെടുക." വൃക്ഷത്തിന്റെ പ്രവചനം തുടർന്നു. "എന്റെ ശരീത്തിലെ ഒരു ശിഖരം മുറിച്ചെടുത്ത് ആർഗ സ് എന്ന കപ്പൽ പണിക്കാരന് കൊടുക്കുക. എന്നിട്ട് അതിൽനിന്ന് ഒരു സാലഭഞ്ജികയുടെ ശിൽപ്പം കൊത്തിയെടുക്കാൻ പറയു ക. ഇനി നിനക്ക് പോകാം." വൃക്ഷമുത്തശ്ശന്റെ പ്രവചനം കഴി ഞ്ഞിരിക്കുന്നു. ജെയ്സൺ കണ്ണുതുറന്നു. പ്രവചനത്തിൽ പറ ഞ്ഞതുപോലെ വൃക്ഷത്തിന്റെ ശിഖരം മുറിച്ചെടുത്ത് അവൻ ആർഗസിനടുത്തേക്ക് നടന്നു.

ആർഗസിന്റെ അടുക്കലെത്തിയ ജെയ്സണെ കാത്തിരുന്ന തുപോലെ അയാൾ സ്വീകരിച്ചു. ജെയ്സൺ കപ്പൽ പണിയുന്ന കാര്യം അറിയിച്ചപ്പോൾ അയാൾ സന്തോഷത്തോടെ ആ ജോലി ഏറ്റെടുത്തു. പിന്നീട് ജെയ്സൺ ശിൽപ്പമുണ്ടാക്കുന്ന കാര്യവും ആർഗസിനോട് പറഞ്ഞു. അതും അയാൾ സന്തോഷത്തോടെ സമ്മതിച്ചു.

ആർഗസും മറ്റ് പണിക്കാരും ചേർന്ന് അമ്പതുപേർക്ക് തുഴ യാവുന്ന കപ്പൽ നിർമിക്കാൻ തുടങ്ങി. ഏതാനും മാസങ്ങ ൾകൊണ്ട് കപ്പലിന്റെ നിർമാണം പൂർത്തിയായിക്കഴിഞ്ഞു. ആ കപ്പലിന് ആർഗസിനോടുള്ള നന്ദി സൂചകമായി ജെയ്സൺ അയാളുടെ പേരു നൽകി. ആർഗസ് എന്നാൽ ഗ്രീക്കുഭാഷയിൽ അതിവേഗമുള്ളത് എന്നാണ് അർഥം. ഇതിനിടയിൽ സാലഭ ഞ്ജികയുടെ ശിൽപ്പവും ആർഗസ് ജെയ്സണ് പണിതു നൽകി. അവൻ ആ ശിൽപ്പം കപ്പലിന്റെ അമരത്തുവച്ചു.

ഇനി യാത്രയാണ്. എന്താകുമെന്ന് ഉറപ്പില്ലാത്ത നീണ്ടയാ ത്ര. സാഹസിക യാത്ര. അതിനുമുമ്പ് ഇനിയും പ്രവചനം നട

ത്തുന്ന വൃക്ഷമുത്തശ്ശന്റെ അടുത്തെത്തണം. പ്രവചനങ്ങൾ കേൾക്കണം. അതു കഴിഞ്ഞിട്ടാവാം യാത്ര. ജെയ്സൺ ഇങ്ങനെ ചിന്തിച്ചിരിക്കുമ്പോൾ സാലഭഞ്ജിക ശിൽപ്പം സംസാരിക്കു വാൻ തുടങ്ങി: "ജെയ്സൺ, ഇനി എന്താണ് ചെയ്യേണ്ടതെന്നല്ലേ നീ ചിന്തിക്കുന്നത്. വിഷമിക്കേണ്ട അതു ഞാൻ പറഞ്ഞു തരാം." ശിൽപ്പം സംസാരിക്കുന്നതു കേട്ട് ജെയ്സൺ അത്ഭുതപ്പെട്ടു. ഈ വൃക്ഷമുത്തശ്ശൻ ഭയങ്കരൻ തന്നെ. "നീ കപ്പലിൽ മുന്നോട്ടു പോവുക. എന്റെ നിർദേശങ്ങൾ അനുസരിക്കുക. ഞാനാണ് നിന്റെ സാരഥി. വളരെ പ്രധാനപ്പെട്ട ഒരു കാര്യം നിന്നോട് എനിക്ക് പറയുവാനുണ്ട്. ശ്രദ്ധിച്ചുകേൾക്കുക." ജെയ്സൺ ശിൽപ്പത്തിനുമുമ്പിൽ ഭയഭക്തിയോടെ നിന്നു. ശിൽപ്പം സംസാരം തുടർന്നു. "വീരശൂരപരാക്രമികളും സാഹസികരുമായ യുവാക്കളെ ഈ ഗ്രീസിൽനിന്ന് നീ സംഘടിപ്പിക്കണം. അവരെ നിന്റെ യാത്രയ്ക്കൊപ്പം കൂട്ടണം. പോയി ധീരരായ യുവാക്കളെ അന്വേഷിക്കുക."

പ്രതിമയുടെ വാക്കുകൾ അനുസരിച്ച് വീരശൂരപരാക്ര മികളും സാഹസികരുമായ യുവാക്കളെ അന്വേഷിച്ച് ജെയ്സൺ ഗ്രീസുമുഴുവനും അലഞ്ഞു. അങ്ങനെ തന്റെ ഗുരുവിന്റെ അടുക്കലും അവനെത്തിച്ചേർന്നു. അവിടെനിന്ന് പല ഉപദേശ നിർദേശങ്ങളും അവനു ലഭിക്കുകയണ്ടായി. മാത്രമല്ല ഗുരുവിന്റെ ചില ശിഷ്യന്മാരും കപ്പൽയാത്രയ്ക്ക് തയാറായി ജെയ്സണെ അനുഗമിച്ചു. അതിലൊരാൾ നമ്മുടെ ഹെർക്കുലീസായിരുന്നു. ഹെർക്കുലീസിന്റെ കരുത്തിനെയും സാഹസികതയെയും വെല്ലാൻ ആരുമുണ്ടായിരുന്നില്ല. അതുകൊണ്ടുതന്നെ ആ കപ്പൽ യാത്രയുടെ നേതൃത്വം വഹിക്കാൻ ഹെർക്കുലീസിനോട് ജെയ് സൺ അഭ്യർഥിച്ചു. ഹെർക്കുലീസ് പറഞ്ഞു: "ജെയ്സൺ നിങ്ങൾക്കാണതിന് യോഗ്യത. നിങ്ങൾ ധീരനും ബലവാനുമാ ണ്. എന്റെ അഭിപ്രായം താങ്കൾ ദയവായി സ്വീകരിക്കുക." എല്ലാവ രും ഹെർക്കുലീസിന്റെ അഭിപ്രായത്തെ പിന്തുണച്ചു. അങ്ങനെ ജെയ്സൺ ആ യാത്രയുടെ നേതാവായി.

തുഴയാൻ വന്ന അമ്പതുപേർ ആർഗോ നാവികർ എന്നറി യപ്പെട്ടു. കപ്പലിന്റെ ശിൽപ്പിയായ ആർഗസസും കപ്പൽയാത്രയി

ലുണ്ടായിരുന്നു. യാത്രികരിൽ ഓരോരുത്തരും ഓരോ പ്രത്യേക കഴിവുള്ളവരായിരുന്നു. അങ്ങനെ കപ്പൽ യാത്രയ്ക്കുള്ള സുദിനം വന്നെത്തി. ഇനി യാത്രയാണ്. ഇത്രയും വലിയ ഈ കപ്പൽ എങ്ങനെ കടലിലേക്കിറക്കും. ജെയ്സൺന്റെ ഇങ്ങനെ ചിന്തിച്ചപ്പോഴേക്കും സാലബദ്ജ്ജികയുടെ മറുപടി വന്നു. "കപ്പൽ യാത്രികനായ ഓർഫ്യൂസ് വീണ വായിക്കട്ടെ."

ഉടൻതന്നെ വീണവായനയിൽ പ്രത്യേക വൈദഗ്ധ്യമുള്ള ഓർഫ്യൂസ് വീണ വായിക്കാൻ തുടങ്ങി. വീണയുടെ മനോഹര മായ സ്വരത്തിൽ കടൽത്തിരകൾ കപ്പലിനടുത്തേക്ക് നൃത്തം ചെയ്തു കയറിവന്നു. അങ്ങനെ കടലിന് മുകളിൽ ആ കപ്പൽ ഉയർന്നുനിന്നു. തുഴക്കാർ അമ്പതുപേരും തുഴയാൻ തുടങ്ങി. പേലിയസ് രാജാവ് ഗൂഢമായ ആഹ്ലാദത്തോടെ അവരെ യാത്ര യാക്കി. ഒരിക്കലും തിരിച്ചുവരാത്ത യാത്രയാണിതെന്ന ചിന്ത യാണ് രാജാവിനെ ഏറെ ആഹ്ലാദിപ്പിച്ചത്. അങ്ങനെ തന്റെ ഉറക്കം കെടുത്തിയ ജെയ്സൺ ഇതാ എന്നെന്നേക്കുമായി കപ്പൽ കയറിപ്പോകുന്നു. രാജാവിന്റെ ഉള്ളിലിരിപ്പുകൾ മനസി ലാക്കിയ ജെയ്സൺ ഒരു ചെറുപുഞ്ചിരിയോടെ രാജാവിനോട് കൈവീശി യാത്രയായി.

എന്നാൽ ജെയ്സണെ യാത്രയാക്കാൻ നിന്ന ഗ്രീസുകാരുടെ മനസിൽ അഭിമാനം നിറഞ്ഞുനിന്നു. മാതൃരാജ്യത്തിനുവേണ്ടി സാഹസികമായ ഒരു ഉദ്യമത്തിനിറങ്ങിത്തിരിച്ച ജെയ്സണെ ഈറൻ കണ്ണുകളോടെയാണ് അവർ യാത്രയാക്കിയത്.

കപ്പൽ കുതിച്ചുപായുകയാണ്. തുഴക്കാരുടെ ക്ഷീണമെല്ലാം ഓർഫ്യൂസിന്റെ വീണവായനയിൽ പമ്പകടന്നു. ജെയ്സണിന്റെ മനസിൽ ഗ്രീസിന്റെ അഭിമാനമായ സ്വർണമേഷരോമം മാത്ര മായിരുന്നു. കരയോട് ചേർന്നാണ് അവരുടെ കപ്പൽ പൊയ്ക്കൊ ണ്ടിരുന്നത്. അതുകൊണ്ട് കരയിലിറങ്ങി വിശ്രമിക്കാനും ഫല മൂലാദികൾ ഭക്ഷിച്ച് ക്ഷീണം തീർക്കുവാനും അവർക്ക് കഴി ഞ്ഞു.

ഇതിനിടയിൽ പല അത്ഭുതദ്വീപുകളും അവർ സന്ദർശി ച്ചു. അവിടെ നിന്ന് തടി കേടാകാതെ രക്ഷപ്പെടുകയും ചെയ്തു. തടികേടാകുന്നതെങ്ങനെ. ശക്തരിൽ ശക്തരായ ഹെർക്കുലീസും

ജെയ്സണുമുള്ളപ്പോൾ മറ്റുള്ളവർക്ക് വല്ല പേടിയുമുണ്ടോ. അവർ പാട്ടുപാടിയും നൃത്തം ചവിട്ടിയും യാത്രതുടർന്നു.

അങ്ങനെ യാത്രചെയ്ത് അവർ ഒരു കടലിടുക്കിലെത്തി. ആ പഴയ കടലിടുക്കുതന്നെ. ഓർമയില്ലേ, ഹെല്ല രാജകുമാരി സ്വർണ മേഷത്തിന്റെ പുറത്തുനിന്ന് വീണുപോയ ആ കടലിടുക്ക്. ആ കടലിടുക്കിന്റെ തീരത്ത് അവർ കപ്പലിന്റെ നങ്കൂരമിട്ടു. അതിമ നോഹരമായ സ്ഥലമായിരുന്നു അത്.

ജെയ്സണും കൂട്ടരും കപ്പലിറങ്ങിയ ആ രാജ്യം മനോഹര മായിരുന്നു. ധാരാളം പഴങ്ങളും പൂക്കളും കൊച്ചരുവികളും കൊണ്ട് സമ്പന്നമായ രാജ്യം. ആ രാജ്യത്തെ രാജാവിന്റെ പേര് സിസിക്കസ് എന്നായിരുന്നു. രാജാവ് ജെയ്സൺ പഠിച്ചിരുന്ന ഗുരുവിന്റെ പഴയ ഒരു ശിഷ്യനായിരുന്നു. തന്റെ പ്രിയപ്പെട്ട ഗുരു വിന്റെ ശിഷ്യന്മാരാണ് ഈ വന്നിരിക്കുന്നതെന്നറിഞ്ഞ രാജാവ് സന്തുഷ്ടനായി. വിഭവ സമൃദ്ധമായ വിരുന്നാണ് സിസിക്കസ് രാജാവ് കൊട്ടാരത്തിൽ അവർക്കുവേണ്ടി ഒരുക്കിയത്.

ഹെർക്കുലീസിനെപ്പോലുള്ള കരുത്തന്മാർ കടലിലെ ഭക്ഷണം കഴിച്ച് മടുത്തിരിക്കുകയായിരുന്നു. പിന്നെ അവിടെ നടന്നത് ഒരു യുദ്ധമായിരുന്നു. തീന്മേശയിലെ യുദ്ധം. ഭക്ഷണം കഴിഞ്ഞപ്പോൾ തീന്മേശ ഒരു പടക്കളം പോലെ തോന്നിച്ചു.

രാത്രിയായി. മതിമറന്നുതിന്ന കപ്പൽയാത്രക്കാർ മതിമറന്നു റങ്ങാൻ തുടങ്ങി. അപ്പോഴാണ് ഒരാരവം അവരെ ഉണർത്തിയ ത്. ഭൂകമ്പമോ കൊടുങ്കാറ്റോ എന്താണത്. എല്ലാവരും ചാടി എഴുന്നേറ്റു. ജെയ്സൺ സിസിക്കസ് രാജാവിനടുത്തേക്ക് പാഞ്ഞു. "എന്താണാ കേൾക്കുന്നത്?" അവൻ ചോദിച്ചു. അപ്പോൾ രാജാവ് പറഞ്ഞു: "നിങ്ങളുടെ ഉറക്കത്തിന് ഭംഗം വന്ന തിന് എന്നോട് ക്ഷമിക്കണം. എന്റെ ദുർഗതി. അല്ലാതെന്തുപറ യാൻ. എന്റെ ഈ ചെറിയ രാജ്യത്തിനടുത്തുള്ള ഒരു സ്ഥലത്ത് കുറെ രാക്ഷസന്മാർ പാർക്കുന്നുണ്ട്. അവർക്ക് ആറ് കൈകളു ണ്ട്. അതിശക്തന്മാരാണവർ. രാത്രിയായാൽ എന്റെ രാജ്യത്തേക്ക് കടന്നുകയറി ഇവിടെയുള്ള മരങ്ങൾ പിഴുതെടുത്ത് വടിയായി ഉപയോഗിക്കും. പിന്നെ കൃഷിസ്ഥലങ്ങളും കെട്ടിടങ്ങളുമൊക്കെ അവർ ഈ മരംകൊണ്ട് അടിച്ച് നശിപ്പിക്കും. കുറെ നാളായി

ഈ ഉപദ്രവം തുടങ്ങിയിട്ട്."

ഇതു കേട്ടപാതി കേൾക്കാത്ത പാതി ഹെർക്കുലീസ് അല റിക്കൊണ്ട് അവർക്കുനേരെ പാഞ്ഞുപോയി. പിന്നാലെ രാജാവും മറ്റുള്ളവരും. കൂറ്റാക്കൂരിരുട്ടാണ്. ആർക്കും ആരെയും തിരിച്ചറി യാൻ കഴിയുന്നില്ല. പക്ഷേ, ഹെർക്കുലീസിന്റെ അമ്പുകൾ ചീറി പ്പായുന്ന ശബ്ദവും നിലവിളികളും മാത്രം കേൾക്കാം. കുറച്ചു നേരത്ത ശരപ്രയോഗങ്ങൾ കൊണ്ട് രാക്ഷസന്മാർ തറപറ്റിക്കഴി ഞ്ഞു. പക്ഷേ ഇതിനിടയിൽ വലിയൊരു അത്യാഹിതം സംഭവി ച്ചു. രാത്രിയിൽ തിരിച്ചറിയാനാവാതെ ഹെർക്കുലീസിന്റെ അമ്പേറ്റ് സിസിക്കസ് രാജാവ് മരിച്ചു.

ഹെർക്കുലീസിന്റെ ഈ പ്രവൃത്തി ദേവന്മാരുടെ അപ്രീതിക്ക് കാരണമായി. കപ്പൽ യാത്രക്കാരുടെ കുറ്റംകൊണ്ടാണ് സിസി ക്കസ് രാജാവ് മരിച്ചതെന്ന് അവർ വിധിയെഴുതി. ഇതിനുള്ള ശിക്ഷ ദേവന്മാരിൽനിന്ന് അവർക്ക് കിട്ടുമെന്നുറപ്പാണ്.

കുറ്റബോധത്തോടെ ജെയ്സണും സംഘവും കപ്പൽ യാത്ര തുടർന്നു. ദേവന്മാർ കൊടുങ്കാറ്റും പെമാരിയും അഴിച്ചുവിട്ടു. ക്ഷുഭിതരായ തിരമാലകൾ കപ്പലിലേക്ക് ഇരച്ചുകയറി. ദേവന്മാ രുടെ ശിക്ഷ. അവർ സഞ്ചരിച്ചിരുന്ന ആർഗോ എന്ന കപ്പൽ കാറ്റിലും തിരമാലകളിലുംപെട്ട് ആടിയുലഞ്ഞു. ജെയ്സൺ ധൈര്യം കൈവെടിയാതെ സഹയാത്രികരെ ആശ്വസിപ്പിച്ചുകൊ ണ്ടിരുന്നു. അവർ ദേവന്മാർക്ക് വിശേഷപ്പെട്ട പൂജകൾ ചെയ്തു. മരിച്ചുപോയ സിസിക്കസ് രാജാവിന് വേണ്ടിയും പ്രത്യേക പൂജ കൾ ചെയ്തു.

ഭാഗ്യമെന്നു പറയട്ടെ ദേവന്മാർ പ്രസാദിച്ചു. അവർ കാറ്റി നെയും കടലിനെയും നിയന്ത്രിച്ചു. പക്ഷേ കപ്പൽ മുന്നോട്ട് പോകുന്നില്ല. തുഴക്കാർ അവരുടെ സർവശക്തിയുമുപയോഗിച്ചു തുഴഞ്ഞെങ്കിലും കപ്പൽ വട്ടം കറങ്ങുക മാത്രമാണ്. എന്തു പറ്റി ഈ കപ്പലിന്? അവർ മുഖത്തോട് മുഖം നോക്കി. മുന്നോട്ട് പോകേണ്ട കപ്പൽ വട്ടം കറങ്ങണമെങ്കിൽ അതിന് തക്കതായ കാരണമുണ്ടാകണമല്ലോ. അവർക്ക് യഥാർഥത്തിൽ എന്താണ് സംഭവിച്ചതെന്നറിയില്ല. പക്ഷേ നമുക്കറിയാം. കപ്പൽ ഒരു വലിയ ചുഴിയിലകപ്പെട്ടിരിക്കുകയാണ്. തുഴഞ്ഞു തുഴഞ്ഞു തുഴക്കാർ

തളർന്നു. അവസാനം ശക്തരിൽ ശക്തനായ ഹെർക്കുലീസ് തനെ തുഴയാനാരംഭിച്ചു. റേ...എന്താണത്. വലിയ ശബ്ദത്തോടെ തുഴ ഒടിഞ്ഞിരിക്കുന്നു. ഹെർക്കുലീസിനുപോലും സാധിക്കാത്തത് ഇനിയാരെക്കൊണ്ട് സാധിക്കും. ജെയ്സൺ പറഞ്ഞു: "നമ്മൾ കരയോട് ചേർന്നാണ് പൊയ്ക്കൊണ്ടിരിക്കുന്നത്. ഉടൻതന്നെ ഹെർക്കുലീസ് പോയി ഉറപ്പുള്ള ഒരു തുഴ ഉണ്ടാക്കിക്കൊണ്ടു വരട്ടെ." കേട്ടപാതി കേൾക്കാത്ത പാതി ഹെർക്കുലീസ് കടലിലേക്ക് ചുഴിയെയും മറികടന്ന് ഒറ്റച്ചാട്ടം. പുറകെ ഹെർക്കുലീസിന്റെ ഉറ്റ ചങ്ങാതിയായ ഹൈലാസ് എന്ന കൂട്ടുകാരനും ചാടി. അവൻ കരയിൽനിന്ന് നല്ല വെള്ളം ശേഖരിക്കാൻ ഒരു കുടവും എടുത്തിരുന്നു. രണ്ടുപേരും നീന്തി കരപറ്റി. കര കാടായിരുന്നു. നല്ല തുഴയുണ്ടാക്കാനുള്ള തടി അന്വേഷിച്ച് ഹെർക്കുലീസ് കാട്ടിലൂടെ നടന്നു. ഹൈലാസാകട്ടെ ശുദ്ധ ജലമന്വേഷിച്ചും. നടന്നുനടന്നു രണ്ടുപേരും രണ്ടു ദിക്കിലായിപ്പോയി.

ഹൈലാസ് അങ്ങനെ നടന്നുനടന്ന് ഒരു അരുവിയിലെത്തി. നല്ല കണ്ണീരുപോലെ തെളിഞ്ഞ വെള്ളം. ഇവിടെനിന്ന് വെള്ള മെടുക്കാം എന്നു വിചാരിച്ച് കുടവുമായി അവൻ കുനിഞ്ഞതേ ഓർമയുള്ളൂ. ആരോ അവന്റെ ഇരു കാലുകളിലും പിടിച്ച് വെള്ളത്തിനടിയിലേക്ക് വലിച്ചുകൊണ്ടുപോയി. ആ അരുവിയിലെ ജലകന്യകമാരായിരുന്നു ഈ കടുംകൈ ചെയ്തത്. ഹെർക്കുലീസ് നല്ല തുഴയൊക്കെ ഉണ്ടാക്കി കപ്പലിലെത്തി. ഹൈലാസ് ഇതിനകം കപ്പലിലെത്തിയിട്ടില്ലെന്നറിഞ്ഞ ഹെർക്കുലീസ് വീണ്ടും തിരിച്ചു നീന്തി.

കാട്ടിൽ ഹൈലാസിന്റെ കാൽപ്പാടുകൾ ഉണ്ടായിരുന്നു. ആ കാൽപ്പാടുകൾ നോക്കി ഹെർക്കുലീസ് ആ അരുവിയുടെ കരയിലെത്തി. "എന്റെ പ്രിയപ്പെട്ട ചങ്ങാതീ നീ എന്നെ ഉപേക്ഷിച്ച് എങ്ങോട്ട് പോയി, എനിക്കിത് താങ്ങാനാവുന്നില്ലല്ലോ..." അദ്ദേഹത്തിന്റെ കരച്ചിൽ എങ്ങോട്ടെന്നില്ലാതെ പാഞ്ഞു. എങ്ങനെയും ഹൈലാസിനെ തിരിച്ചുകൊണ്ടുവരുമെന്ന വാശിയായിരുന്നു ഹെർക്കുലീസിന്. കപ്പിലിലുള്ളവരും ഹെർക്കുലീസിന്റെ കരച്ചിൽ കേട്ടു. ജെയ്സൺ വിളിച്ച് പറഞ്ഞു: "ഹെർക്കുലീസ് താങ്കൾ

തിരികെ വരൂ...നമുക്ക് യാത്ര തുടരേണ്ടതുണ്ട്." പക്ഷേ ഹെർക്കു ലീസുണ്ടോ അനുസരിക്കുന്നു. അയാൾ ആ അരുവിയുടെ തീര ത്തിരുന്ന് കരച്ചിലോട് കരച്ചിൽ തന്നെ. ഹെർക്കുലീസിനെ അനു നയിപ്പിച്ച് കപ്പലിലേക്ക് മടക്കിക്കൊണ്ടുവരാൻ എല്ലാവരും ആകു ന്നത് ശ്രമിച്ചെങ്കിലും ഫലം കണ്ടില്ല. അവസാനം ഹെർക്കുലീ സിനെ ഉപേക്ഷിച്ച് പോകാൻ തന്നെ അവർ തീരുമാനിച്ചു. വലി യൊരു ലക്ഷ്യത്തിനു വേണ്ടിയുള്ള പ്രയാണമാണിത്. അതിനി ടയിൽ പല നിർഭാഗ്യങ്ങളും അവർക്കു നേരിടേണ്ടി വരുന്നു. ഇപ്പോൾ ഹെർക്കുലീസ് ഇല്ലാതെയാണ് കപ്പൽ മുന്നോട്ട് പോകു ന്നത്. ഹെർക്കുലീസ് ഉണ്ടാക്കിയ തുഴ ഉപയോഗിച്ചുതന്നെ.

കുറെ നേരമിരുന്ന് കരഞ്ഞപ്പോൾ ഹെർക്കുലീസിന് പരി സരബോധമുണ്ടായി. അയാൾ കപ്പൽ കിടന്നിരുന്ന ഭാഗത്തേക്ക് ചെന്നു. ഇല്ല, കപ്പൽ അവിടെയില്ല. അത് പോയിക്കഴിഞ്ഞെന്ന് ഹെർക്കുലീസിന് മനസിലായി. പിന്നെ ഒന്നും ആലോചിച്ചില്ല. കടലിലേക്ക് എടുത്തൊരു ചാട്ടം. പിന്നെ തന്റെ ബലിഷ്ഠമായ കൈകളും കാലുമുപയോഗിച്ച് ഹെർക്കുലീസ് നീന്താൻ തുട ങ്ങി. തിരകളെ നേരിട്ടുകൊണ്ടുള്ള ഹെർക്കുലീസിന്റെ നീന്തൽ കാണേണ്ടതുതന്നെയായിരുന്നു. കടൽ ഇരുവശത്തേക്കും മാറി പ്പോകുമോ എന്നു തോന്നുംവിധത്തിലുള്ള നീന്തൽ. മീനുകൾ പേടിച്ച് പൊങ്ങിച്ചാടി മറയുന്നത് കാണാം. അങ്ങനെ നീന്തിനീന്തി ഹെർക്കുലീസ് കപ്പലിന്റെ കൊടിമരം കണ്ടു. പിന്നെ ഒരാവേശമായിരുന്നു. കപ്പലിലുള്ളവർ നോക്കിനിൽക്കെ ഹെർക്കുലീസ് ഒരു കടൽദേവനെപ്പോലെ കുതിച്ചെത്തുന്നു. എല്ലാവരും ആർത്തുവിളിച്ചുകൊണ്ട് ഹെർക്കുലീസിനെ പ്രോത്സാഹിപ്പിച്ചു. "ഹെർക്കുലീസ് വേഗം...വേഗം... കയറൂ.... വേഗം..കയറൂ..." അങ്ങനെ സാഹസികതയുടെ ഏറ്റവും വലിയ പ്രകടനംപോലെ ഹെർക്കുലീസ് കപ്പലിലേക്ക് പിടിച്ചുകയറി. എല്ലവരും കൈയടികളോടെയും ആരവങ്ങളോടെയും ഹെർക്കു ലീസിനെ സ്വീകരിച്ചു.

കപ്പൽയാത്ര തുടരുകയാണ്. തുഴക്കാരുടെ കൈകൾ വിശ്ര മില്ലാതെ ചലിച്ചുകൊണ്ടിരുന്നു. അങ്ങനെ അവസാനം അവർ ഫിനിയസ് രാജാവിന്റെ രാജ്യത്തിലെത്തി.

ഇനി ഫിനിയസ് രാജാവിന്റെ വിശേഷങ്ങൾ. നമുക്കും ഫിനി
യസ് രാജാവിന്റെ കൊട്ടാരത്തിലേക്ക് പോകാം.

ഫിനിയസ് രാജാവ് അന്ധനാണ്. വർഷങ്ങൾക്കുമുമ്പ്
സ്യൂസ് ദേവന്റെ ശാപംമൂലമാണ് ഫിനിയസ് അന്ധനായി മാറി
യത്. സ്യൂസ് ദേവനെ കളിയാക്കിയതിന്റെ ഫലം. ഹാർപ്പിക്
എന്നു പേരുള്ള ഭീകരരായ പക്ഷികളെയാണ് ഫിനിയസിനെ
പീഡിപ്പിക്കുവാൻ സ്യൂസ് ദേവൻ നിയോഗിച്ചത്. ആ പക്ഷി
കൾക്ക് വിശപ്പോടു വിശപ്പാണ്. രാജാവ് എപ്പോൾ ഭക്ഷണമെടു
ത്തുവച്ചാലും പക്ഷികൾ വന്ന് തിന്നു തീർക്കും. രാജാവ് എന്നും
പട്ടിണിതന്നെ. വിശപ്പും ദാഹവും കൊണ്ട് മരിക്കാറായ നില
യിൽ രാജാവു കഴിയുമ്പോഴാണ് നമ്മുടെ കപ്പൽയാത്രക്കാരുടെ
വരവ്.

ഫിനിയസ് രാജാവിന് വിശപ്പുകൊണ്ട് എഴുന്നേൽക്കാൻ
പോലും കഴിയില്ലായിരുന്നു. കിടന്ന കിടപ്പിൽ തന്നെ ജെയ്സ
ണെയും കൂട്ടരേയും രാജാവ് സ്വീകരിച്ചു. കോൾക്കിസിലേക്കുള്ള
യാത്ര വളരെ അപകടം പിടിച്ചതാണെന്ന് ഫിനിയസ് രാജാവ്
അവരെ അറിയിച്ചു. പക്ഷേ ആ അപകടങ്ങളിൽനിന്ന് എങ്ങനെ
രക്ഷപ്പെടണമെന്ന് താൻ പറഞ്ഞുതരാമെന്ന് രാജാവ് അവർക്ക്
ഉറപ്പു നൽകി. പക്ഷേ, ഒറ്റ നിബന്ധനമാത്രം. തന്റെ ഭക്ഷണം
മുഴുവൻ തിന്നു തീർക്കുന്ന ഹാർപ്പിക് പക്ഷികളുടെ ഉപദ്രവ
ത്തിൽനിന്ന് തന്നെ രക്ഷിക്കണം. "ശരി സമ്മതിച്ചു." ജെയ്സൺ
പറഞ്ഞു. "ആദ്യം ഭക്ഷണം വിളമ്പു." പരിചാരകർ അവർക്കായ്
ഭക്ഷണം വിളമ്പി. ഭക്ഷണത്തിന്റെ മണം കേട്ടതും ഹാർപ്പിക്
പക്ഷികൾ പറന്നെത്തി. പക്ഷികൾ ഒന്നും രണ്ടുമൊന്നുമല്ല, നൂറു
കണക്കിനുണ്ടായിരുന്നു. അവ തീറ്റതുടങ്ങിയപ്പോഴേക്കും
കപ്പൽയാത്രയിലുണ്ടായിരുന്ന വടക്കൻ കാറ്റിന്റെ രണ്ടുപുത്രന്മാർ
പക്ഷികളെ പിടിച്ച് തിന്നാൻ തുടങ്ങി. പക്ഷികൾ ഭയന്നു കര
ഞ്ഞുകൊണ്ട് പറന്നകന്നു. അവയുടെ പോക്കുകണ്ടാലറിയാം
ഇനി ആ ദേശത്തേക്കൊന്നും വരില്ലെന്ന്.

നമ്മുടെ ഫിനിയസ് രാജാവിന് ഇനി കുശാലായി ഭക്ഷണം
കഴിക്കാം. പക്ഷികൾ പോയതും രാജാവ് തീറ്റ തുടങ്ങിയിരുന്നു.
എത്രനാളത്തെ വിശപ്പാണ്. ജെയ്സണും കൂട്ടരും യാത്ര പറ

ഞ്ഞിറങ്ങുമ്പോഴും രാജാവ് തിന്നുകൊണ്ടിരിക്കുകയായിരുന്നു. തീറ്റയ്ക്കിടയിൽ തന്നെ രാജാവ് അവരെ കൈവീശി യാത്രയാക്കി.

കപ്പൽ അതിന്റെ പ്രയാണം തുടർന്നു. കപ്പൽ ഇപ്പോൾ ഒരു കടലിടുക്കിലെത്തി. രണ്ടു പാറകളുടെ ഇടുക്കായിരുന്നു അത്. ഇതുവരെ ആ ഇടുക്കിലൂടെ ആരും കപ്പൽ പായിച്ചിട്ടില്ലായിരുന്നു. കാരണം ആ പാറകൾ പരസ്പരം കൂട്ടിയിടിച്ചുകൊണ്ടിരുന്നു. കപ്പൽ അതുവഴി കടന്നാൽ രണ്ടുപാറകൾക്കിടയിൽപ്പെട്ട് എല്ലാം തകർന്നു തരിപ്പണമാകുമെന്നുറപ്പാണ്. എന്തുചെയ്യണമെന്നറിയാതെ കപ്പൽയാത്രക്കാർ വിഷമിച്ചുനിൽക്കുമ്പോൾ അഥീനാദേവിയുടെ സഹായം അവരെത്തേടിയെത്തി. ദേവി ഒരു പ്രാവിനെ ഈ പാറകൾക്കിടയിലൂടെ പറത്തിവിട്ടു. പാറകൾ കൂട്ടി യിടിക്കുവാനായി എത്തിയെങ്കിലും പ്രാവിന്റെ തൂവലിൽ സ്പർശിക്കുവാനേ കഴിഞ്ഞുള്ളൂ.

ഈ സന്ദർഭം കപ്പൽ യാത്രക്കാർ ശരിക്കും വിനിയോഗിച്ചു. പ്രാവ് പറന്ന അതേ സമയത്തുതന്നെ അവർ കപ്പലിനെ അതി വേഗം പായിച്ചു. ഇരുവശത്തുനിന്നും പാറകൾ ആഞ്ഞടിക്കാൻ തയാറായെങ്കിലും അഥീനാദേവി ഇരു കൈകൊണ്ടും അവയെ അകറ്റിപ്പിടിച്ചു. അങ്ങനെ സുരക്ഷിതമായി അവർ ആ കടലി ടുക്ക് കടന്നു. പിന്നീടൊരിക്കലും ആ പാറകൾ ഇളകിയിട്ടില്ല. പാറയായാൽ ഉറച്ചുനിൽക്കണമെന്ന പാഠം അങ്ങനെ അഥീനാദേവി പഠിപ്പിച്ചുകൊടുത്തു.

അപകടങ്ങളിൽനിന്ന് അപകടങ്ങളിലേക്കുള്ള യാത്രയായി രുന്നു ജെയ്സണും കൂട്ടരും നടത്തിക്കൊണ്ടിരുന്നത്. കപ്പൽ കുറെ ദൂരം ചെന്നപ്പോൾ വിചിത്രമായ ചില ആകാശജീവികൾ പറന്നുവന്ന് അവരെ ആക്രമിക്കാൻ തുടങ്ങി. അതിന്റെ കൂർത്ത മുള്ളുകളുള്ള തൂവലുകൾ എയ്തുകൊണ്ടായിരുന്നു ആക്രമണം. എന്തുചെയ്യണമെന്നറിയാതെ ജെയ്സണും കൂട്ടരും വിഷമിച്ചു. പെട്ടെന്ന് ജെയ്സൺ ഒരു ബുദ്ധി തോന്നി. അയാൾ വിളിച്ചുപറ ഞ്ഞു: "എല്ലാവരും തങ്ങളുടെ പരിചയെടുത്ത് തലയ്ക്കുമുക ളിൽ പിടിച്ച് ചേർന്നു നിൽക്കുവിൻ... അവർ അതുപോലെ

ചെയ്തു. പക്ഷേ, ആകാശജീവികളുടെ ആക്രമണം തുടർന്നു കൊണ്ടിരുന്നു. കപ്പലിലെ അമരത്ത് ഘടിപ്പിച്ചിരുന്ന സാലഭഞ്ജി കയുടെ നിർദേശം ഉടൻ ഉണ്ടായി. "ഓരോരുത്തരും തങ്ങളുടെ വാളും പരിചയും ഉരസി ശബ്ദമുണ്ടാക്കുവിൻ.." ഉടൻതന്നെ അവിടെ വാളും പരിചയും തമ്മിൽ ഉരസുന്ന അസ്വസ്ഥകരമായ ശബ്ദമുയർന്നു. ഈ ശബ്ദം കേട്ടതും വിചിത്രജീവികൾ പിൻവാ ങ്ങി. അവ നിലവിളികളോടെ ദൂരേക്ക് പറന്നുപോയി.

ഇത്രയും വലിയ ദുരിതയാത്രയാകുമെന്ന് അവർ പുറപ്പെടു മ്പോൾ വിചാരിച്ചിട്ടുണ്ടാവില്ല. മനോധൈര്യം ചോർന്നുപോ കാതെ ജെയ്സൺ എല്ലാവരെയും പ്രോത്സാഹിപ്പിച്ചുകൊണ്ടി രുന്നു. ജെയ്സണിന്റെ ധൈര്യത്തെയും സാമർഥ്യത്തെയും യാത്രക്കാർ പ്രശംസിച്ചു.

കപ്പലും കടലും

അവർ അങ്ങനെ യാത്രചെയ്യുമ്പോൾ കപ്പലപകട ത്തിൽപ്പെട്ട രണ്ടുയുവാക്കളെ രക്ഷിച്ചു. അവർ പൊങ്ങുതടി യിൽപ്പിടിച്ച് എങ്ങോട്ടെന്നില്ലാതെ തുഴയുകയായിരുന്നു. ജെയ്സൺ അവരെ കപ്പലിലേക്ക് വലിച്ചുകയറ്റി. പണ്ട് സ്വർണ മേഷത്തിന്റെ പുറത്തിരുന്ന് കോൾക്കിസിലേക്ക് രക്ഷപ്പെട്ടു പോയ ഫ്രിക്സസിനെ ഓർമയില്ലേ. ആ ഫ്രിക്സസിന്റെ പുത്ര ന്മാരെയാണ് ജെയ്സൺ കടലിൽ നിന്ന് രക്ഷപ്പെടുത്തിയത്. കോൾക്കിസിലേക്കുള്ള യാത്രയിൽ ഈ യുവാക്കളുടെ സഹായം തങ്ങൾക്ക് തീർച്ചയായും ആവശ്യമുണ്ടെന്ന് ജെയ്സൺ മനസി ലായി. തന്റെ രാജ്യത്തിന്റെ അഭിമാനസ്തംഭമായ സ്വർണമേഷം രക്ഷിച്ചുകൊണ്ടുവന്ന ഫ്രിക്സസിന്റെ മക്കളാണിവർ. നിമിത്ത ങ്ങൾ തങ്ങൾക്കനുകൂലമായി വരുന്നത് ജെയ്സൺ മനസിലാക്കി.

കോൾക്കിസിലെ എയ്റ്റസ് രാജാവാണ് സ്വർണമേഷം എന്നെന്നേക്കുമായി സ്വന്തമാക്കാൻ തങ്ങളുടെ പിതാവിനെ കൊന്നുകളഞ്ഞത്. ഇനിയും കോൾക്കിസിലേക്ക് പോയാൽ രാജാവ് തങ്ങളെയും വധിച്ചുകളയുമോ എന്ന പേടി കുമാര ന്മാർക്കുണ്ടായിരുന്നു. ജെയ്സൺ അവർക്ക് ധൈര്യം പകർന്നു. അവരെ രക്ഷിക്കാമെന്നുള്ള ഉറപ്പുകൊടുക്കുകയും ചെയ്തു.

കപ്പൽ കുറച്ചുദൂരം ചെന്നപ്പോൾ ഒരു ദുശ്ശകുനം പോലെ ഒരു കഴുകൻ അവരുടെ കപ്പലിന് മേൽ പ്രത്യക്ഷപ്പെട്ടു. കഴു കന്റെ സാന്നിധ്യം കപ്പൽയാത്രികർക്ക് വലിയ അസ്വസ്ഥത സൃഷ്ടിച്ചു. പരാജയത്തിന്റെ ചിഹ്നമായി അവർ ആ കഴുകനെ കണ്ടു. അവർ അതിനെ ഓടിക്കാൻ വിജയത്തിന്റെയും പോരാട്ട ത്തിന്റെയും പ്രതീകമായി അവർ ഒരുമിച്ച് ആകാശത്തേക്ക് മുഷ്ടി ഉയർത്തി. കഴുകൻ കുറെ നേരം വട്ടത്തിൽ പറന്നതിനുശേഷം. എങ്ങോട്ടോ പറന്നു പോയി.

സാഹസികരായ ആ കപ്പൽയാത്രികർ അവസാനം കോൾക്കിസിന്റെ തീരത്തണഞ്ഞു. ഫ്രിക്സസിന്റെ രണ്ടുപുത്ര ന്മാർ കപ്പലിന്റെ അമരത്തിരുന്ന് വഴികാണിച്ചുകൊണ്ടിരുന്നു. ഗ്രീക്കുകാർ കോൾക്കിസ് രാജ്യം ഭൂമിയുടെ അതിർത്തിയായാണ് കരുതിയിരുന്നത്. പ്രഭാതമായതോടെ ജെയ്സൺ എല്ലാവരെയും വിളിച്ചുചേർത്തു. ഭാവി പരിപാടികൾ ആലോചിച്ചു. സ്വർണമേഷം ഇവിടെനിന്ന് കൈക്കലാക്കുക അത്ര എളുപ്പമുള്ള കാര്യമല്ല. വ്യക്തമായ പ്ലാനിങ് അതിന് ആവശ്യമുണ്ട്.

ഈ സമയം ദേവന്മാരുടെ കേന്ദ്രമായ ഒളിമ്പിയമലയിൽ വലിയ ഒരു യോഗം നടക്കുകയായിരുന്നു. എല്ലാ ദേവന്മാരും അവിടെ ഒത്തുകൂടിയിരുന്നു. സാധാരണ മനുഷ്യർക്ക് എത്തിച്ചേ രാൻ കഴിയാതിരുന്ന കോൾക്കിസിൽ ജെയ്സണും കൂട്ടുകാരും എത്തിയതായിരുന്നു അവിടത്തെ ആലോചനാ വിഷയം. ധീര ന്മാരും സാഹസികരുമായ അവർക്ക് എല്ലാ പിന്തുണയും കൊടു ക്കുവാൻ ദേവന്മാർ ആ യോഗത്തിൽ തീരുമാനിച്ചു. സ്യൂസ് ദേവന്റെ ഭാര്യമാരായ ഹീരാദേവിയും അഥീനാദേവിയുമായി രുന്നു യോഗത്തിന് നേതൃത്വം കൊടുത്തത്.

ജെയ്സണും കൂട്ടരും സ്വർണമേഷത്തിന്റെ കാര്യത്തിൽ ഒരു തീരുമാനത്തിലെത്തി. ചിലർ അത് മോഷ്ടിച്ചുകടന്നുകളയണ മെന്ന് അഭിപ്രായപ്പെട്ടപ്പോൾ ചിലർ നേരെ ചെന്ന് ചോദിച്ചുമേ ടിക്കുകയാണ് വേണ്ടതെന്ന് അഭിപ്രായം രേഖപ്പെടുത്തി. അവ സാനം ജെയ്സൺ രണ്ടാമത്തെ അഭിപ്രായത്തിനാണ് മുൻതൂക്കം കൊടുത്ത്. കാരണം തങ്ങൾക്കവകാശപ്പെട്ട വസ്തു എന്തിന് കവർന്നെടുക്കണം. അത് ചോദിച്ചു വാങ്ങിക്കുക തന്നെ.

അങ്ങനെ ജെയ്സണും കൂട്ടുകാരും നേരെ കോൾക്കിസിലെ രാജാവ് എയ്റ്റസ് രാജാവിന്റെ കൊട്ടാരത്തിലേക്ക് കടന്നുചെന്നു. രാജാവിനോട് ജെയ്സൺ തങ്ങളുടെ ആഗമനോദ്ദേശ്യം പറഞ്ഞു: "രാജാവ് അവരെ അവജ്ഞയോടെ ഒന്നുനോക്കി. എന്നിട്ട് പറ ഞ്ഞു: "ഓഹോ നിങ്ങൾ സ്വർണമേഷത്തിന്റെ തോൽ കൊണ്ടു പോകാൻ വന്നവരാണല്ലേ. ശരി ഞാൻ നിങ്ങൾക്കത് തന്നുവിടു ന്നുണ്ട്. പക്ഷേ, ചില നിബന്ധനകളൊക്കെയുണ്ട്." രാജാവിന്റെ വാക്കുകളിലെ പുച്ഛസ്വരം ജെയ്സണും കൂട്ടുകാരും ശ്രദ്ധിക്കാ തിരുന്നില്ല. അവർ പരസ്പരം മുഖത്തോട് മുഖം നോക്കി.

ജെയ്സൺ രാജാവിനോട് ചോദിച്ചു: "പറയൂ രാജാവേ എന്താണ് നിബന്ധനകൾ." എയ്റ്റസ് രാജാവ് അപ്പോൾ പുച്ഛ ത്തോടെ ഒന്നു ചിരിച്ചു, എന്നിട്ട് പറഞ്ഞു: "ഓ നിങ്ങൾക്ക് നിബ ന്ധനകൾ കേൾക്കാൻ ഇത്രയ്ക്ക് തിടുക്കമോ. ശരി എങ്കിൽ പറ യാം, ഒരു ജോഡി കാളകളെ ദാ ആ മൈതാനം കണ്ടോ അവിടെ അഴിച്ചുവിടും. നിങ്ങൾ അവയ്ക്ക് നുകം വച്ച് കെട്ടണം. മാത്ര മല്ല ഇതുവരെ ഉഴാത്ത തരിശ്ശ നിലത്ത് അവയെക്കൊണ്ട് നിങ്ങൾ ഉഴണം." "ശരി സമ്മതിച്ചിരിക്കുന്നു." ഹെർക്കുലീസ് ഇടയ്ക്കു കയറിപ്പറഞ്ഞു. രാജാവ് അയാളെ തറപ്പിച്ചൊന്നു നോക്കി. എന്നിട്ട് പറഞ്ഞു "തീർന്നില്ല, ആ ഉഴുത നിലത്ത് നിങ്ങൾ സർപ്പ ദന്തം വിതയ്ക്കണം. ഇതു കഴിഞ്ഞാൽ സുവർണമേഷത്തിന്റെ തോലിന് കാവൽ നിൽക്കുന്ന സത്വത്തെ പരാജയപ്പെടുത്തണം. നാളെ സൂര്യൻ ഉദിച്ച് അസ്തമിക്കുന്നതിന് മുമ്പ് ഇതൊക്കെ ചെയ്തു തീർക്കണം എങ്കിലേ നിങ്ങൾക്ക് സ്വർണമേഷത്തിന്റെ തോൽ ഇവിടെനിന്ന് കൊണ്ടുപോകാൻ കഴിയൂ."

വ്യവസ്ഥകൾ കേട്ടപ്പോൾ തന്നെ പലരുടെയും തലകറങ്ങാൻ തുടങ്ങി. തീർത്തും അസാധ്യമായ കാര്യമാണ് ഈ ദുഷ്ടൻ രാജാവ് ചെയ്യാൻ പറഞ്ഞിരിക്കുന്നത്. അതും ഒരു പകൽകൊണ്ട്. ജെയ്സൺ ആദ്യം ഒന്നു പതറിയെങ്കിലും രാജാവിന്റെ വ്യവ സ്ഥകളെല്ലാം അംഗീകരിച്ചതായി അറിയിച്ചു.

ഗ്രീസുകാരനായ ഒരാൾ തങ്ങളുടെ രാജ്യത്തുവന്ന് രാജാ വിന്റെ വെല്ലുവിളി സ്വീകരിച്ച കാര്യം കാട്ടുതീപോലെ പടർന്നു. പിറ്റേദിവസം രാവിലെ തന്നെ ഗ്രീക്കുകാരന്റെ പ്രകടനം കാണാൻ

ആ രാജ്യത്തെ ജനങ്ങൾ മുഴുവൻ അവിടെ തടിച്ചുകൂടിയിരു
ന്നു. രാജാവും പരിവാരങ്ങളും   ജെയ്സണിന്റെ പ്രകടനം
കാണാൻ പ്രത്യേകം സജ്ജമാക്കിയ സ്ഥലത്ത് ഇരിപ്പുറപ്പിച്ചു.
പരീക്ഷണങ്ങൾ തുടങ്ങാൻ സമയമായെന്നറിയിച്ചുകൊണ്ടുള്ള
വാദ്യഘോഷങ്ങൾ മുഴങ്ങി. ജെയ്സൺ മൈതാനത്ത് പ്രത്യക്ഷ
മായി. പെട്ടെന്നുതന്നെ തീതുപ്പുന്ന രണ്ട് കാളക്കൂറ്റന്മാർ കുതി
ച്ചെത്തുന്നു. ആ കാളകളുടെ കുളമ്പുകളും കൊമ്പുകളും
വെങ്കലം കൊണ്ടുള്ളതായിരുന്നു. അവ മുക്രയിടുമ്പോൾ തീയാണ്
പുറത്തേക്ക് വന്നത്. പിന്നെ കണ്ടത് പൊരിഞ്ഞ യുദ്ധമായിരു
ന്നു. പൊടിപടലങ്ങളിൽ കാഴ്ച പലപ്പോഴും അസാധ്യമായിരു
ന്നു. അവസാനം കാണുന്ന കാഴ്ച ഇതായിരുന്നു. ഒരിക്കലും
നുകം വച്ചിട്ടില്ലാത്ത ആ കാളകളെ ചേർത്ത് ജെയ്സൺ അതാ
നുകം വച്ച് കെട്ടുന്നു. ഇനി കടുപ്പമേറിയ നിലം ഉഴുതുമറിക്കണം.
അതും ജെയ്സൺ കഠിനപ്രയത്നത്തിലൂടെ സാധിച്ചു.

ഉഴുത നിലത്ത് സർപ്പദന്തം വിതയ്ക്കണം. സർപ്പദന്തം എന്നാൽ സർപ്പത്തിന്റെ പല്ലുകൾ. രാജാവിന്റെ ഭൃത്യൻ കൊണ്ടുവന്ന സർപ്പദന്തം ജെയ്സൺ വിതയ്ക്കാൻ തുടങ്ങി. അപ്പോഴതാ വിത യ്ക്കപ്പെട്ട ഓരോ സർപ്പദന്തത്തിൽ നിന്നും ഓരോ പടന്മാളികൾ എഴുന്നേറ്റുവരുന്നു. താൻ വഞ്ചിക്കപ്പെട്ടിരുന്നു എന്ന് ജെയ്സൺ മനസിലായി. വാളും പരിചയുമേന്തിയ നൂറുകണക്കിന് പടയാ ളികൾ അതാ ജെയ്സൺ നേരെ പാഞ്ഞടുക്കുകയാണ്. ജെയ്സൺ പെട്ടെന്നൊരു വിദ്യപ്രയോഗിച്ചു. അയാൾ അവരുടെ കൺമുമ്പിൽനിന്ന് ഒഴിഞ്ഞുമാറി. എന്നിട്ട് ഒരു കല്ലെടുത്ത് ഒരു പടയാളിക്കിട്ട് ഒരേറു കൊടുത്തു. പടയാളി തിരിഞ്ഞുനോക്കിയ പ്പോൾ ആരെയും കാണുന്നില്ല. തൊട്ടടുത്തു നിന്നവനാകാം ഇതു ചെയ്തതെന്ന് വിചാരിച്ച് അയാൾ അവനെ വാളുകൊണ്ട് വെട്ടി. അയാളും തിരികെ വെട്ടി. പിന്നെ അവർ പരസ്പരം വാളു കൊണ്ട് തമ്മിൽ തമ്മിൽ വെട്ടാൻ തുടങ്ങി. അവസാനം അവർ അന്യോന്യം പടവെട്ടി മരിച്ചു.

രാജാവ് ജെയ്സണിന്റെ ഈ സാഹസികതകൾ കണ്ട് അമ്പ രന്നു. ഗ്രീസിൽനിന്ന് വന്ന ഇവർ നിസ്സാരക്കാരല്ലെന്ന് അയാൾ മനസിലാക്കി. ഇനി ജെയ്സൺ ഓക്കുമരത്തിൽ തൂക്കിയിട്ടിരി ക്കുന്ന സ്വർണമേഷത്തിന്റെ തോലെടുക്കുവാൻ ശ്രമിക്കും. അവിടെ ജെയ്സൺ അടിയറവു പറയുമെന്ന് രാജാവ് വിചാരി ച്ചു. കാരണം അതിന് കാവൽ നിൽക്കുന്നത് ഭീകരനായ ഒരു സർപ്പമാണ്. സർപ്പത്തിന്റെ രൂപത്തിലുള്ള ഒരു സത്വം. അത് രാവും പകലും ഉറങ്ങാറില്ലായിരുന്നു. ജെയ്സണോട് ഇഷ്ടം തോന്നിയ രാജാവിന്റെ മകൾ മിഡിയ തലേരാത്രി ഒരു പുഷ്പം അയാൾക്ക് കൊടുത്തിരുന്നു. അത് മണപ്പിച്ചാൽ സർപ്പം ഉറ ങ്ങുമെന്ന് അവൾ പറഞ്ഞിരുന്നു. ജെയ്സൺ സർപ്പത്തിനടു ത്തെത്തി പൂവ് പുറത്തെടുത്തു പൂവിന്റെ മണം ശ്വസിച്ചതും സർപ്പം കൂർക്കം വലിച്ചുറങ്ങാൻ തുടങ്ങി.

ജെയ്സൺ ഒട്ടും സമയം പാഴാക്കിയില്ല. ചുരുണ്ടുകൂടി കിട ന്നുറങ്ങുന്ന സർപ്പത്തിന്റെ പുറത്തു ചവിട്ടി അവൻ ഓക്കുമര ത്തിന്റെ മുകളിലേക്ക് കയറി. മരത്തിന്റെ കൊമ്പിൽ ഇട്ടിരുന്ന സ്വർണമേഷരോമങ്ങളുള്ള തോൽ കൈക്കലാക്കി.

ഗ്രീക്കുകാരുടെ സ്വപ്നവും അഭിമാനവുമാണ് ഇപ്പോൾ ജെയ്സണിന്റെ കൈയിലിരിക്കുന്നത്. ഇനി എത്രയും പെട്ടെന്ന് തിരിച്ചുപോകണം. അവിടെ തന്റെ രാജ്യം തന്നെ കാത്തിരിക്കു കയാണ്. വീണ്ടെടുക്കപ്പെടേണ്ട രാജ്യം.

ജെയ്സണും സംഘവും പുറപ്പെടാൻ തയാറായി. കൂടെ എയ് റ്റസ് രാജാവിന്റെ പുത്രി മിഡിയയും അവളുടെ സഹോദരനും ഉണ്ടായിരുന്നു. ഇതറിഞ്ഞ രാജാവിന്റെ സമനില തെറ്റി. അവരെ എങ്ങനെയും തടഞ്ഞേതീരൂ... സൈന്യങ്ങളോട് സജ്ജരാകാൻ രാജാവ് കൽപ്പിച്ചു. ജെയ്സണെയും കൂട്ടുകാരെയും ഇല്ലായ്മ ചെയ്യാനായി എയ്റ്റസ് രാജാവിന്റെ സൈന്യം യുദ്ധകാഹളം മുഴക്കി പുറപ്പെട്ടു കഴിഞ്ഞു. വലിയൊരു കപ്പലിലാണ് അവർ യാത്രയായത്. ഉശിരന്മാരായ തുഴക്കാർ ആ കപ്പലിൽ ഉണ്ടായി രുന്നു. അതുകൊണ്ട് തന്നെ കപ്പൽ വളരെ വേഗമാണ് നീങ്ങിയ ത്. തന്റെ കപ്പലിനെ ലക്ഷ്യമാക്കി വരുന്ന എയ്റ്റസ് രാജാവിന്റെ സൈന്യത്തെ ജെയ്സൺ കണ്ടു. എത്ര ശക്തിയായി തുഴഞ്ഞിട്ടും അവർ അടുത്തെത്തുകയാണ്.

രക്ഷപ്പെടാനുള്ള എല്ലാ വഴികളും അടഞ്ഞതായി ജെയ്സൺ തോന്നി. അപ്പോഴാണ് എയ്റ്റസ് രാജാവിന്റെ മകൾ മിഡിയ ഒരു ക്രൂരപ്രവൃത്തി ചെയ്തത്. ജെയ്സണും കൂട്ടുകാരും നോക്കി നിൽക്കെ സ്വന്തം സഹോദരനെ അവൾ വെട്ടിക്കൊന്നു. എന്നിട്ട് കടലിലേക്ക് വലിച്ചെറിഞ്ഞു. പിന്നാലെയെത്തിയ എയ്റ്റസ് രാജാ വ് കപ്പലിൽ ഇരുന്നുകൊണ്ട് തന്റെ മകന്റെ മൃതദേഹം കഴു കനും മത്സ്യങ്ങളും തിന്നുന്നത് കണ്ട് പൊട്ടിക്കരഞ്ഞു. മൃതദേഹം ഉചിതമായി സംസ്കരിക്കുവാനായി, കടലിൽ നിന്ന് കപ്പലിലേക്കെടുക്കാൻ രാജാവ് കൽപ്പിച്ചു. അതിനുശേഷം ആചാരപ്രകാരം സംസ്കരിക്കാനും മറ്റും കപ്പൽ കരയ്ക്കടുപ്പിച്ചു.

ഈ സമയം കൊണ്ട് ജെയ്സണും കൂട്ടരും ഒരുപാട് ദൂരം താണ്ടിയിരുന്നു. രാജാവിൽനിന്ന് രക്ഷപ്പെട്ടെങ്കിലും, മിഡിയയുടെ ഈ പ്രവൃത്തി ക്രൂരമായിപ്പോയി എന്ന അഭിപ്രായമാണ് ജെയ്സ ണടക്കമുള്ള എല്ലാവർക്കുമുണ്ടായിരുന്നത്. അവൾ ഒരു ദുർദേ വതയാണെന്നാണ് കപ്പലിലെ പലരും കരുതിയത്. ഇങ്ങനെ യുള്ള ഒരു ദുഷ്ടസ്ത്രീയെ കപ്പലിൽ കൊണ്ടുപോകാൻ പാടി ല്ലെന്ന് ഭൂരിഭാഗം പേരും അഭിപ്രായപ്പെട്ടു.

ജെയ്സണ് അത്തരമൊരഭിപ്രായമില്ലായിരുന്നു. അവൻ പറഞ്ഞു: "ചങ്ങാതിമാരെ മിഡിയ ചെയ്തത് ക്രൂരമായ പ്രവൃത്തി യാണ്. പക്ഷേ, സ്വർണമേഷത്തിന്റെ തോലെടുക്കാനും എയ്റ്റസ് രാജാവിന്റെ വെല്ലുവിളിയിൽ വിജയിക്കാനും കാരണമായത് ഇവ ളുടെ സഹായം കൊണ്ടാണെന്ന കാര്യം നമ്മൾ മറക്കരുത്." ജെയ്സണിന്റെ ഈ വാക്കുകൾ മനസില്ലാമനസോടെ കൂട്ടുകാർ അംഗീകരിച്ചു. പിന്നീട് അവർ അതിനെക്കുറിച്ച് ഒന്നു പറഞ്ഞില്ല.

അവസാനം പലവിധത്തിലുള്ള പ്രതിബന്ധങ്ങളെ തരണം ചെയ്ത് ജെയ്സണും കൂട്ടരും സുവർണമേഷത്തിന്റെ തോലു മായി ഇതാ ഗ്രീസിൽ തിരിച്ചെത്തിയിരിക്കുകയാണ്. ജനങ്ങൾ ആ വീരപുത്രന്മാരെ ആവേശത്തോടെ സ്വീകരിച്ചു. അവർ അവരെ ചുമലിലേറ്റി ആനന്ദനൃത്തമാടി.. ജെയ്സൺ നേരെ പോയത് പെലിയസ് രാജാവിനടുത്തേക്കാണ്. ജെയ്സണിന്റെ വരവ് കണ്ട് രാജാവിന്റെ മുഖം കടലാസുപോലെ വിളറി വെളുത്തു. "രാജാവേ ഞാനിതാ വാക്കു പാലിച്ചിരിക്കുന്നു. ഇനി താങ്കൾ ഈ രാജ്യവും ചെങ്കോലും വാക്കു പറഞ്ഞതുപോലെ എനിക്ക് വിട്ടുതരിക." ജെയ്സണിന്റെ വാക്കുകൾ കേട്ട ജനങ്ങൾ ആർത്തുവിളിച്ചു. സിംഹാസനം വിട്ടൊഴിയാൻ പെലിയസിന് ഒട്ടും താൽപ്പര്യമില്ലായിരുന്നു. പക്ഷേ ജെയ്സണിന്റെ ജനപി ന്തുണ വളരെ വലുതാണെന്ന് അയാൾ മനസിലാക്കി. തൽക്കാലം പിൻവാങ്ങുന്നതാണ് ബുദ്ധി. ഒന്നും പറയാതെ പെലിയസ് ചെങ്കോലും കിരീടവും ജെയ്സൺ വിട്ടുകൊടുത്തു.

ജെയ്സൺ ആദ്യംതന്നെ തന്റെ പിതാവിനെ മോചിപ്പിച്ചു. ദീർഘനാളത്തെ കാരാഗൃഹവാസം അദ്ദേഹത്തിന്റെ രൂപം തന്നെ മാറ്റിയിരുന്നു. തന്റെ മകൻ രാജ്യം തിരിച്ചുപിടിക്കുകയും ഗ്രീക്കുകാരുടെ അഭിമാനമായ സ്വർണമേഷം തിരിച്ചെടുത്തുകൊ ണ്ട് വന്നിരിക്കുന്നതുമൊക്കെ അറിഞ്ഞപ്പോൾ ആ പിതാവിന്റെ കണ്ണിൽനിന്ന് ആനന്ദധാര ഒഴുകി. ജെയ്സൺ പിതാവിനെ കെട്ടി പ്പിടിച്ച് ഏറെ നേരം നിന്നു. ഇതു കണ്ടുകൊണ്ടിരുന്ന ജനങ്ങളും കണ്ണീർ വാർത്തു.

ജെയ്സൺ മിഡിയയെ വിവാഹം കഴിച്ചു. ജനപി ന്തുണയുള്ളതും ഐശ്വര്യസമ്പൂർണവുമായ ഭരണമാണ്

ജെയ്സൺ കാഴ്ചവച്ചത്. സുവർണമേഷത്തിന്റെ തോലിന്റെ കാര്യമായിരുന്നു കഷ്ടം. ജനങ്ങൾക്ക് അതിനോടുള്ള താൽപ്പര്യം കുറഞ്ഞുകുറഞ്ഞു വന്നു. അതിന്റെ ശോഭയും തിളക്കവും പതുക്കെ നഷ്ടപ്പെട്ടു. ഒരു പഴന്തുണിയുടെ വിലപോലും അതിനാരും കൊടുത്തില്ല. പക്ഷേ, അത് നേടുന്നതിനായി ജെയ്സണും കൂട്ടുകാരും നടത്തിയ വീരസാഹസിക പ്രവൃത്തികൾ ഇന്നും തിളക്കത്തോടെ നിലനിൽക്കുന്നു. ആ കഥകൾ ഇന്നും ലോകത്തെമ്പാടുമുള്ളവർ ആവേശത്തോടെ സ്വീകരിക്കുന്നു.

പെഴ്സ്യൂസ്

അക്രീസിയൂസ് എന്ന രാജാവ് ആൺമക്കൾ ഇല്ലാത്തതി നാൽ വിഷമിച്ചു കഴിയുകയായിരുന്നു. തന്റെ കിരീടാവകാശി യായി ഒരു മകൻ തനിക്കുണ്ടാകുമോ എന്നറിയാനായി അദ്ദേഹം ഡെൽഫിയയിലെ പ്രവചന കേന്ദ്രത്തിലെത്തി. അവിടെ നിന്നുള്ള പ്രവചനം കേട്ട് രാജാവ് നടുങ്ങി. "നിനക്ക് പുത്രൻ ഉണ്ടാവുകയില്ല, മാത്രമല്ല ഒരിക്കൽ നിന്റെ മകളുടെ മകൻ നിന്നെ വധിക്കും." ഇതായിരുന്നു പ്രവചനം.

രാജാവ് ആകെ പരിഭ്രാന്തനായി. ഡെൽഫിയിലെ പ്രവചനം ഇതുവരെ ഫലിക്കാതിരുന്നിട്ടില്ല. കൊട്ടാരത്തിലെത്തിയ രാജാവ് ആദ്യം ചെയ്തത് തന്റെ മകൾ ഡെയ്നയെ കാരാഗൃഹത്തിലട യ്ക്കുകയായിരുന്നു. തന്റെ ജീവനെടുക്കാനായി അവളുടെ ഉദര ത്തിൽ ഒരു കുട്ടിയും ജനിക്കാൻ പാടില്ല. അതായിരുന്നു രാജാ വിന്റെ മനസിലിരിപ്പ്.

കാരാഗൃഹത്തിലടയ്ക്കപ്പെട്ട ഡെയ്ന അവിടെ ഇരുന്ന് നിശ്ശ ബ്ദമായി കരഞ്ഞു. സ്വന്തം പിതാവ് നിരപരാധിയായ തന്നെ തുറുങ്കിലടച്ചത് എന്തിനാണെന്ന് അവൾക്ക് മനസിലായില്ല. പിതാ വിന്റെ ഈ ചെയ്തിയിൽ മനംനൊന്ത് തടവറയുടെ ഇരുട്ടുമുറി യിൽ കഴിയുന്ന അവളുടെ പ്രാർഥന സ്യൂസ് ദേവൻ കേട്ടു. ദേവൻ തടവുമുറിയിൽ ഡെയ്നയുടെ മുമ്പിൽ പ്രത്യക്ഷപ്പെട്ട് അവളെ

ആശ്വസിപ്പിച്ചു. മാത്രമല്ല അവൾക്ക് ഉദരത്തിൽ ഒരു കുട്ടിയെ സമ്മാനിച്ചാണ് സ്യൂസ് ദേവൻ യാത്രയായത്. അങ്ങനെ തടവറ യിൽ വച്ച് ഡെയ്ന ഒരു ആൺകുട്ടിയെ പ്രസവിച്ചു. നല്ല ഓമന ത്തമമുള്ള കുഞ്ഞ്. അവൾ ആ കുട്ടിക്ക് പെഴ്സ്യൂസ് എന്നു പേരിട്ടു.

ഇതറിഞ്ഞ് രാജാവ് കോപംകൊണ്ട് ജ്വലിച്ചു. എന്നാൽ സ്വന്തം മകളെയും അവളുടെ കുട്ടിയെയും കൊല്ലാൻ അദ്ദേഹ ത്തിന് മനസുവന്നില്ല. പക്ഷേ തന്റെ അന്തകനാണ് ഈ കുട്ടി. അതിനെ കൊട്ടാരത്തിൽ വളരാൻ അനുവദിച്ചുകൂടാ. അങ്ങനെ കുട്ടിയെയും തള്ളയെയും രാജാവ് ഒരു പേടകത്തിലാക്കി കടലി ലെറിഞ്ഞു. പേടകം കടലിലൂടെ എങ്ങോട്ടെന്നില്ലാതെ ഒഴുകി പ്പോയി. സ്വന്തം മകളും അവളുടെ കുട്ടിയും തിരമാലകളിലൂടെ തെന്നി നീങ്ങിപ്പോകുന്നത് കണ്ടപ്പോൾ രാജാവിന് ദുഃഖം തോന്നി. പക്ഷേ, പ്രവചനത്തിന്റെ വാൾ തന്റെ തലയ്ക്കുമുക ളിൽ നിൽക്കുമ്പോൾ ഇങ്ങനെയല്ലാതെ എന്തുചെയ്യാൻ കഴിയും. രാജാവ് അങ്ങനെ ആശ്വസിച്ചു.

പേടകം കുറെനാളുകാൾക്കു ശേഷം ഒഴുകി ഒഴുകി എത്തിയത് സേരിഫസ് ദ്വീപിലാണ്. അവിടത്തെ ഒരു മുക്കു വനായ ദിക്തൂസിന്റെ വലയിൽ പേടകം കുടുങ്ങി. അയാൾ അത് കരയിലെത്തിച്ച് തുറന്നു നോക്കി. അതാ പേടകത്തിന കത്ത് ഒരമ്മയും കുഞ്ഞും ഇരിക്കുന്നു. ദിക്ത്തൂസ് ഭയന്നു പോയി.

അയാളുടെ ജീവിതത്തിൽ ഇങ്ങനെ ഒരത്ഭുതം ആദ്യമായി രുന്നു. ആരായിരിക്കും ഇത്? വല്ല മത്സ്യകന്യകയുമായിരിക്കുമോ? അയാൾ ഇങ്ങനെയൊക്കെ ചിന്തിച്ചു നിൽക്കുമ്പോൾ പേട കത്തിൽനിന്ന് പുറത്തുവന്ന ഡെയ്ന ചോദിച്ചു: "ഏതാണ് ഈ നാട്?" ഡെയ്നയുടെ ശബ്ദം കേട്ടപ്പോൾ ദിക്തൂസിന്റെ പേടി അൽപ്പമൊന്ന് മാറി. അയാൾ പറഞ്ഞു: "ഇത് സെരിഫസ് ദ്വീപാ ണ്." അവൾ ആശ്വാസത്തോടെ പുഞ്ചിരിച്ചു. കാരണം ആ ദ്വീപി നെക്കുറിച്ച് അവൾ കൊട്ടാരത്തിലുള്ളപ്പോൾ ധാരാളം കേട്ടിരുന്നു. മനുഷ്യവാസമുള്ള സ്ഥലം തന്നെ.

തന്റെ ജീവിതത്തിലുണ്ടായ സംഭവങ്ങൾ മുഴുവൻ ദിക്തു സിനോട് അവൾ പറഞ്ഞു. അയാൾ അതെല്ലാം കേട്ടതിനുശേഷ

അവരെ സ്വന്തം വീട്ടിലേക്ക് കൂട്ടിക്കൊണ്ടുപോയി. വീട്ടിലെ അംഗ ത്തെപ്പോലെയാണ് ദിക്തൂസ് ആ അമ്മയോടും കുഞ്ഞിനോടും പെരുമാറിയിരുന്നത്.

ദിക്തൂസ് നല്ലവനായ ഒരു മുക്കുവനാണെന്ന് മനസിലായി. പക്ഷേ അയാൾക്ക് ഒരു സഹോദരനുണ്ട്. പോളിഡെക്ട്സ്. അയാൾ ഒരു ദ്വീപിലെ രാജാവാണ്. ദിക്തൂസിന്റെ നേർവിപരീത സ്വഭാവമാണ് പോളിഡെക്ടിസിന്. ഒറ്റവാക്കിൽ പറഞ്ഞാൽ അയാൾ ഒരു ദുഷ്ടനായിരുന്നു.

തന്റെ സഹോദരന്റെ വീട്ടിൽ ഒരമ്മയും കുഞ്ഞും വന്നിരി ക്കുന്നത് പോളിഡെക്ട്സ് മനസിലാക്കി. അയാൾ അവിടത്തെ നിത്യസന്ദർശകനായി. ഡെയ്നയെ വിവാഹം കഴിക്കാൻ പോളി ഡെക്ട്സിന് ആഗ്രഹമുണ്ടായിരുന്നു. അയാൾ എന്നും വന്ന് ഡെയ്നയോട് വിവാഹാഭ്യർഥന നടത്തും. മകൻ വളരട്ടെ എന്നിട്ട് ആലോചിക്കാമെന്ന് പറഞ്ഞ് അവൾ അയാളെ പറഞ്ഞയക്കും.

പെഴ്സ്യൂസ് മിടുക്കനായി വളർന്നുവന്നു. അവൻ ആയുധവിദ്യ നന്നായി അഭ്യസിച്ചു. വാളും പരിചയും ഉപയോ ഗിക്കുന്നതിൽ അവന് ഒരു പ്രത്യേക മിടുക്ക് തന്നെയുണ്ടായിരു ന്നു.

ഒരുദിവസം പതിവുപോലെ പോളിഡെക്ട്സ് വിവാഹാ ഭ്യർഥനയുമായി ഡെയ്നയുടെ സമീപമെത്തി. "ഇത്രകാലം നീ മകൻ വലുതാകട്ടെ എന്നു പറഞ്ഞ് എന്റെ വിവാഹാഭ്യർഥന നിരസിച്ചു. ഇതാ മകൻ വലുതായി, ഇനിയെങ്കിലും ഇതൊന്നു സമ്മതിച്ചുകൂടെ." അപ്പോൾ ഡെയ്ന പറഞ്ഞു: "അതേ മകൻ വലുതായിരിക്കുന്നു, ഇനി അവനോട് ചോദിക്കാതെ എനിക്കൊരു തീരുമാനമെടുക്കാൻ കഴിയില്ല."

പെഴ്സ്യൂസ് ഒരിക്കലും ഈ വിവാഹത്തിന് സമ്മതിക്കി ല്ലെന്ന് പോളിഡെക്ട്സിനറിയാമായിരുന്നു. അതുകൊണ്ട് എങ്ങനെയും അവനെ വകവരുത്താൻ തന്നെ അയാൾ തീരുമാ നിച്ചു.

പോളിഡെക്ട്സ് തന്റെ കൊട്ടാരത്തിൽ വലിയൊരു വിരുന്ന് നടത്തി. പെഴ്സ്യൂസും സൽക്കാരത്തിൽ പങ്കെടുക്കാൻ ഉണ്ടാ യിരുന്നു. അവിടെ വച്ച് അയാൾ പ്രഖ്യാപനം നടത്തി. "പെലോ ഫിന്റെ മകളായ ഹിപ്പോദാമിയയെ ഞാൻ വിവാഹം കഴിക്കാൻ

ആഗ്രഹിക്കുന്നു. അതിന് നിങ്ങൾ എന്നെ സഹായിക്കണം. നമ്മുടെ ദ്വീപ് ഒരു കൊച്ചുരാജ്യമാണ്. വലിയസമ്പത്തൊന്നും നമുക്കില്ല. അതുകൊണ്ട് ഓരോരുത്തരും ഒരു കുതിരയെ എനിക്ക് നൽകണം. എന്താ പെഴ്സ്യൂസ് സമ്മതമല്ലേ?"

ഇതുകേട്ട പെഴ്സ്യൂസ് പറഞ്ഞു. "അങ്ങ് എന്റെ അമ്മയെ വിവാഹം കഴിക്കാനുള്ള തീരുമാനത്തിൽനിന്ന് പിൻവാങ്ങിയ തിൽ ഞാൻ സന്തോഷിക്കുന്നു. പക്ഷേ ഒരു കുതിരയെ തരാ നുള്ള കഴിവൊന്നും എനിക്കില്ല. പകരം അങ്ങ് ആവശ്യപ്പെടുന്ന എന്തുകാര്യവും ചെയ്യാൻ ഞാൻ സന്നദ്ധനാണ്." ഇതുതന്നെ തക്ക അവസരമെന്ന് കരുതി പോളിഡേക്ട്സ് പറഞ്ഞു: "ശരി അങ്ങനെയെങ്കിൽ മദൂസാ എന്ന രക്തരക്ഷസിന്റെ തലയറുത്ത് കൊണ്ടുവരിക."

"ശരി സമ്മതിച്ചിരിക്കുന്നു," എന്നു പറഞ്ഞ് പെഴ്സ്യൂസ് വേഗത്തിൽ അവിടം വിട്ടുപോയി. ഇതോടെ അവന്റെ കഥകഴി യുമെന്നോർത്ത് പോളിഡേക്ട്സ് സന്തോഷിച്ചു. ഇനി തനിക്ക് ഡെയ്നയെ നിർഭയമായി വിവാഹം കഴിക്കാം. രാജാവിന്റെ ഈ ബുദ്ധിയെ അദ്ദേഹത്തിന്റെ അനുചരന്മാർ അഭിനന്ദിച്ചു. അവർ രാജാവിനേക്കാൾ വലിയ ദുഷ്ടന്മാരായിരുന്നുവെന്ന് പ്രത്യേകം പറയേണ്ടതില്ലല്ലോ.

മദ്യൂസായുടെ തല

മദ്യൂസായുടെ തലയറുത്ത് കൊണ്ടുവരിക അത്ര എളുപ്പ മല്ലെന്ന് പെഴ്സ്യൂസിന് മനസിലായി. ലോകാരംഭം മുതൽ എല്ലാ ജീവജാലങ്ങളുടെയും പേടിസ്വപ്നമായിരുന്നു, മദ്യൂസാ എന്ന രക്തരക്ഷസുകൾ. അവർ മൂന്നു പേരുണ്ടായിരുന്നു. സ്തേനോ, ഉറിയാലോ എന്നിവരാണ് മറ്റ് രണ്ടുപേർ. അവർ ഒരുമിച്ചാണ് വാസം. ഇരുമ്പുശൽക്കങ്ങളാൽ കവചിതമായിരുന്നു അവരുടെ ശരീരം. തലമുടിക്കുപകരം തലയിൽ പാമ്പുകളാണുള്ളത്. ഈ പാമ്പുകൾ എപ്പോഴും വിഷം തുപ്പിക്കൊണ്ട് അടുത്തുവരുന്ന വരെ കൊത്താൻ തയാറായി നിൽക്കും. പല്ലും നഖവും ലോഹ ങ്ങളാണ്. അവർക്ക് പറക്കാനും കഴിയും. മാത്രമല്ല ഇവരെ ആരു കണ്ടാലും അവർ കല്ലായി മാറും.

പെഴ്സ്യൂസ് ഈ രക്തരക്ഷസുകളെ കാണുന്നമാത്രയിൽ തന്നെ ശിലയായി മാറും. പിന്നെ എങ്ങനെയാണ് അവയോട് പോരാടുക? ഇത് രാജാവിന്റെ ചതിയാണെന്ന് അവന് മനസി ലായി. തന്നെ ഇല്ലായ്മ ചെയ്യാനുള്ള പദ്ധതി. അതിൽ താൻ കുടുങ്ങിയെന്ന് പറഞ്ഞാൽ മതിയല്ലോ.

ഈ സംഭവമൊന്നും അവൻ അമ്മയോടോ വളർത്തച്ഛനായ ദിക്തുസിനോടോ പറഞ്ഞില്ല. അവരറിയാതെ പെഴ്സ്യൂസ് ഒരു തോണിയിൽ കയറി യാത്ര തുടങ്ങി. കൂടെ തന്റെ സന്തതസഹ

ചാരിയായ വാളും പരിചയും ഉണ്ടായിരുന്നു. അങ്ങനെ തുഴഞ്ഞ് തുഴഞ്ഞ് അവൻ സെറിഫസ് ദ്വീപിലെത്തി. അവിടെ പുഴിപര പ്പിൽ വിഷാദഗ്രസ്ഥനായി പെഴ്സ്യൂസ് ഏറെ നേരം ഇരുന്നു. എത്രനേരം അങ്ങനെ ഇരുന്നു എന്നറിയില്ല. അപ്പോഴതാ ഒരു ശബ്ദം. "പെഴ്സ്യൂസ് നീ എന്താണിങ്ങനെ ദുഃഖിച്ചിരിക്കുന്നത്?" അവന് അപ്പോഴാണ് പരിസരബോധമുണ്ടായത്. കറുത്തനും സു മുഖനുമായ ഒരു യുവാവ് പെഴ്സ്യൂസിനരികിൽ പുഞ്ചിരിച്ചു കൊണ്ട് നിൽക്കുന്നു. അവൻ ചാടിയെഴുന്നേറ്റു. അയാൾ തന്റെ പേരെടുത്ത് വിളിച്ചതിൽ പെഴ്സ്യൂസ് അത്ഭുതപ്പെട്ടു.

"നിങ്ങൾ എന്തോ വലിയ സാഹസകൃത്യത്തിനൊരുങ്ങുക യാണെന്നു തോന്നുന്നു." യുവാവ് അവന്റെ മനസ്സ് വായിച്ചെടുത്ത നപോലെ ചോദിച്ചു. "അതെ എങ്ങനെ മനസിലായി." പെഴ്സ്യൂസ് ചോദിച്ചു. "എന്റെ പേര് ഹെർമസ്. സാഹസിക രായ യുവാക്കളെ എനിക്ക് ഇഷ്ടമാണ്. അവർക്ക് ഞാൻ പല സഹായങ്ങളും ചെയ്തുകൊടുക്കാറുണ്ട്. നിങ്ങൾക്ക് എന്റെ എന്തെങ്കിലും സഹായം ആവശ്യമുണ്ടോ?" ഹെർമസ് ചോദിച്ചു.

പെഴ്സ്യൂസ് തന്റെ കഥകളൊക്കെയും ഹെർമസിനോട് പറ ഞ്ഞു. എല്ലാം കേട്ടുകഴിഞ്ഞപ്പോൾ ഹെർമസ് പറഞ്ഞു: "മദു സയെ കൊല്ലുക എന്നത് അസാധ്യമായ കാര്യമാണ്. ഇത്ര ചെറു പ്രായത്തിൽ നീ കല്ലായി മാറുമല്ലോ." ഹെർമസിന്റെ ഈ വാക്കു കൾ പെഴ്സ്യൂസിനെ കൂടുതൽ തളർത്തി. അവന്റെ വിഷാദം കണ്ടിട്ടാണോ എന്തോ ഹെർമസ് ഇങ്ങനെ പറഞ്ഞു: "നീ വിഷ മിക്കേണ്ട, ധൈര്യം വെടിഞ്ഞാൽ ഒന്നും സാധിക്കില്ല. ഞാനുണ്ട് സഹായത്തിന്."

പെഴ്സ്യൂസിന് ആ വാക്കുകൾ അൽപ്പം ആശ്വാസം നൽകി. "പെഴ്സ്യൂസ് നമുക്ക് ആദ്യം മൂന്ന് വൃദ്ധസ്ത്രീകളെ കാണേണ്ട തുണ്ട്." ഹെർമസ് പറഞ്ഞു. "വൃദ്ധസ്ത്രീകളോ അതെന്തിന്?" പെഴ്സ്യൂസ് ചോദിച്ചു. "മദൂസാസായെ വകവരുത്തുക വിഷമം പിടിച്ച ജോലിയാണ്. അതിന് മുന്നോടിയായി ചില തയാറെടു പ്പുകൾ ആവശ്യമാണ്. അതിന് ഈ വൃദ്ധകളുടെ സഹായം ആവശ്യമുണ്ട്." ഹെർമസ് കിഴവികളെക്കുറിച്ച് പറയാൻ തുട ങ്ങി. "മൂന്ന് കിഴവികൾക്കും കൂടി ഒരു കണ്ണും ഒരു പല്ലും മാത്ര മാണുള്ളത്. അവരെ സൂര്യപ്രകാശത്തിലോ ചന്ദ്രപ്രകാശത്തിലോ

കാണാനാവില്ല. നക്ഷത്രങ്ങളുടെ വെളിച്ചത്തിലോ സാന്ധ്യവെ
ളിച്ചത്തിലോ മാത്രമേ കിഴവികളെ കാണാൻ കഴിയൂ."
പെഴ്സ്യൂസ് അത്ഭുതം വിടർന്ന കണ്ണുകളോടെ ഹെർമസ് പറ
യുന്നത് ശ്രദ്ധിച്ചുകേട്ടു. "അങ്ങോട്ടു പോകുന്നതിന് മുമ്പ് ആദ്യ
മായി നീ നിന്റെ പരിച കണ്ണാടിപോലെ തേച്ചുമിനുക്കിയെ
ടുക്കണം" ഹെർമസ് ആവശ്യപ്പെട്ടു. അതെന്തിനാണെന്ന് കൂടി
ചോദിക്കാതെ പെഴ്സ്യൂസ് അങ്ങനെ ചെയ്തു. പരിചയിൽ
ഇപ്പോൾ അവന്റെ മുഖം നന്നായി തെളിഞ്ഞുകാണാം.
ഹെർമസും സ്വന്തം പരിച ഇങ്ങനെ തേച്ചുമിനുക്കിയടുത്തു.
അവർ പുറപ്പെടാൻ തയാറായി.

ഹെർമസ് തന്റെ വാളുകൂടി പെഴ്സ്യൂസിന് നൽകി. എന്നിട്ട്
പറഞ്ഞു: "നിന്റെ വാളിനേക്കാൾ ഇത് ചെറുതാണെങ്കിലും പല
പ്രത്യേകതകളും ഇതിനുണ്ട്. എത്ര കഠിനമായ ഇരുമ്പുപോലും
ഈ വാളുകൊണ്ട് വെട്ടിയാൽ പഴം പോലെ മുറിയും."

ഹെർമസും പെഴ്സ്യൂസും യാത്ര തുടങ്ങിക്കഴിഞ്ഞു.
നടന്നുനടന്ന് അവർ വിജനമായ ഒരു സ്ഥലത്തെത്തി. അവിടെ
പ്രാകൃതമായ ഒരു ഗുഹകണ്ടു. "ഇതാണെന്നു തോന്നുന്നു, കിഴ
വിമാരുടെ ഗുഹ." ഹെർമസ് പറഞ്ഞു. "ശരിയാണ് അതു തന്നെ."
ഗുഹയ്ക്കു വെളിയിൽ വൃദ്ധകൾ മൂന്നു പേരുമുണ്ട്. മൂന്നു
പേർക്കുമായി ഒരു കണ്ണും ഒരു പല്ലും മാത്രമേ ഉണ്ടായിരുന്നു
ള്ളു. പക്ഷേ ഈ കണ്ണിന് വലിയ ശക്തിയുണ്ട്. ആയിരം മൈലു
കൾക്കപ്പുറമുള്ള കാര്യം വരെ കാണാൻ ഈ കണ്ണിനു കഴിയും.
ഹെർമസ് വൃദ്ധകളുടെ അടുത്തെത്തി ചോദിച്ചു: "അമ്മൂമ്മമാ
രെ, ഈ ദേവലോക സുന്ദരിമാർ എവിടെയെന്ന് പറഞ്ഞുത
രാമോ?" അമ്മുമ്മമാർ ഓരോരുത്തരും ആ കണ്ണുപയോഗിച്ച് മാറി
മാറി നോക്കി ദേവലോകസുന്ദരിമാർ എവിടെയാണെന്ന് പറഞ്ഞു
കൊടുത്തു. കിഴവിമാരോട് നന്ദി പറഞ്ഞ് ഹെർമസും പെഴ്സ്യൂ
സും ദേവസുന്ദരിമാരെ ലക്ഷ്യമാക്കി യാത്രയായി.

ദേവസുന്ദരിമാരുടെ കൈയിൽ വിശേഷപ്പെട്ട മൂന്ന് വസ്തു
ക്കളുണ്ട്. അതുണ്ടെങ്കിലേ മദൂസയെ കീഴ്പ്പെടുത്താൻ കഴിയു.
അത്ഭുത സഞ്ചി, ചിറകുള്ള ചെരിപ്പുകൾ, അദൃശ്യമാകാൻ കഴി
യുന്ന തലപ്പാവ് എന്നിവയാണ് അവരുടെ കൈയിലുള്ള മൂന്ന്
വിശേഷപ്പെട്ട വസ്തുക്കൾ.

ഹെർമസും പെഴ്സ്യൂസും ദേവസുന്ദരിമാരുടെ അടുത്തെ
ത്തി. അവർ ഇരുവരെയും സന്തോഷത്തോടെ സ്വീകരിച്ചു. ഹെർമ
സിനെ അവർക്ക് നേരത്തേ പരിചയമുണ്ട്.

തങ്ങൾ മദുസായെ വധിക്കാൻ പോവുകയാണ് അതിന്
നിങ്ങളുടെ സഹായമാവശ്യമുണ്ടെന്ന് ഹെർമസ് ദേവസുന്ദരി
മാരോട് പറഞ്ഞു. അവർ പറഞ്ഞു: "മദുസായെ മാത്രമല്ല കൂട്ട
ത്തിലുള്ള രണ്ട് രക്തരക്ഷസുകളെയും നിങ്ങൾ വധിക്കണം."
"നിങ്ങളുടെ സഹായം ലഭിച്ചാൽ ഞങ്ങൾ അതും ചെയ്യാം."
ഞങ്ങളുടെ എല്ലാ സഹായവും എപ്പോഴുമുണ്ടാകും. പെഴ്സ്യൂ
സിനതു കഴിയുമാറാകട്ടെ. ഇതാ നിങ്ങൾ ആവശ്യപ്പെട്ട സാധ
നങ്ങൾ."

അങ്ങനെ മന്ത്രികസഞ്ചിയും ചിറകുള്ള ചെരിപ്പും അദൃശ്യ
തയുടെ തൊപ്പിയും വാങ്ങി അവർ മദുസയെ വധിക്കുവാനായി
യാത്രയായി. ചിറകുള്ള ചെരിപ്പണിഞ്ഞതും പെഴ്സ്യൂസ് ഭൂമി
യിൽനിന്ന് പറന്നുയർന്നു. അത് വളരെ സുഖകരമായ അനുഭ
വമായി അവന് തോന്നി. ഹെർമസ് ദേവന് ഇത്തരത്തിലുള്ള
ചെരിപ്പ് ഉണ്ടായിരുന്നു. അത് ദേവന്മാരുടെ സ്വന്തമാണ്.

ഹെർമസും പെഴ്സ്യൂസും ആകാശത്തിലൂടെ പറക്കുകയാ
ണ്. പെഴ്സ്യൂസ് ആകാശത്തുനിന്ന് താഴേക്കുനോക്കി. ഭൂമി
വളരെ സുന്ദരമായി അവന് തോന്നി. എന്തെന്നില്ലാത്ത
സന്തോഷം അവനു തോന്നി. ഈ ദേവന്മാരൊക്കെ എത്ര ഭാഗ്യ
മുള്ളവരാണ്. ഇങ്ങനെ ഇഷ്ടം പോലെ പറന്നു നടക്കാം.
അത്ഭുതവിദ്യകൾ കാട്ടി മനുഷ്യരെ അമ്പരപ്പിക്കാം. വെറുതെ
യാണോ മനുഷ്യർക്ക് അവരോട് ആരാധനതോന്നുന്നത്. പെട്ടെ
ന്നാണ് ഒരു യുവതി അവരുടെ അടുത്തേക്ക് പറന്നെത്തിയത്.
അത് ഹെർമസിന്റെ സഹോദരിയായ അഥീനിയായിരുന്നു. അവ
ളെയും അവർ തങ്ങളോടൊപ്പം പോരാൻ അനുവദിച്ചു.
അഥീനിദേവിക്ക് ദൂരെയുള്ള കാര്യങ്ങൾ വരെ നന്നായി കാണാൻ
കഴിയും. ഇപ്പോൾ അവർ കടലിനുമുകളിൽക്കൂടി പറക്കുകയാ
ണ്. കുറെ ദൂരെ ചെന്നപ്പോൾ അഥീനി വിളിച്ചു പറഞ്ഞു. "അതാ
താഴെയുള്ള ആ ദ്വീപിൽ ആ രക്ഷസുകൾ...എനിക്കു കാണാം."
പെഴ്സ്യൂസ് നോക്കിയിട്ട് ഒന്നും കണ്ടില്ല. അഥീനിയുടെ കാഴ്ച

ശക്തി പെഴ്സ്യൂസിനില്ലല്ലോ. ഹെർമസ് പറഞ്ഞു: "അവൾ പറ
ഞ്ഞത് ശരിയായിരിക്കും നമുക്ക് താഴെ ഇറങ്ങാം."

അവർ മൂന്നുപേരും താഴെ ഇറങ്ങി. രക്ഷസുകൾ കിടക്കുന്ന
സ്ഥലത്തേക്ക് നടന്നു. അതാ മൂന്നു സത്വങ്ങളും നല്ല ഉറക്കത്തി
ലാണ്. അവയുടെ തലയിൽ നൂറുകണക്കിന് കരിനാഗങ്ങൾ വിഷ
മുള്ള നാവുകൾ നീട്ടി ചീറ്റിക്കൊണ്ടിരിക്കുന്നു. അവയ്ക്കുമാത്രം
ഉറക്കമില്ല. മദൂസ പെഴ്സ്യൂസിന് പുറം തിരിഞ്ഞുകൊണ്ട് ഉറ
ങ്ങുകയായിരുന്നു. അല്ലെങ്കിൽ അവൻ ശിലയായി മാറിയേനെ.
ഇതുതന്നെ പറ്റിയ അവസരം എന്നവനുതോന്നി. അവൻ ഉടൻ
തന്നെ മാന്ത്രിക തലപ്പാവ് ധരിച്ച് അദൃശ്യനായി. "ഇതിൽ
ഏതാണ് മദൂസാ?" പെഴ്സ്യൂസ് ചോദിച്ചു. "ഇപ്പോൾ വശം
തിരിഞ്ഞു കിടന്നത് തന്നെ. മുഖത്തേക്ക് നോക്കരുത്. പരിച
ഉയർത്തിപ്പിടിച്ച് അതിൽ നോക്കൂ. കണ്ണാടിയിലെന്നപോലെ
അതിൽ പ്രതിബിംബം കാണാം. അതു നോക്കി വേണം കാര്യ
ങ്ങൾ ചെയ്യാൻ." ഹെർമസ് അങ്ങനെ നിർദേശങ്ങൾ കൊടുത്തു
കൊണ്ടിരുന്നു. പരിച കണ്ണാടിപോലെ തേച്ചുമിനുക്കാൻ പറ
ഞ്ഞതിന്റെ കാരണം പെഴ്സ്യൂസിന് മനസിലായി. സർപ്പങ്ങൾ
പുളയുന്ന ആ തല പരിചയിൽ പ്രതിബിംബിച്ചു. ആ പ്രതി
ബിംബം നോക്കിക്കൊണ്ട് നിമിഷനേരം കൊണ്ട് പെഴ്സ്യൂസ്
മദൂസായുടെ തല വെട്ടിയെടുത്തു.

ഉടൻതന്നെ ആ തല മാന്ത്രിക സഞ്ചിയിലാക്കൂ. ഹെർമസ്
വിളിച്ചലറി. ഒട്ടും താമസിയാതെ തന്നെ പെഴ്സ്യൂസ് പാമ്പു
കൾ പുളയ്ക്കുന്ന ആ തല മാന്ത്രികസഞ്ചിയിലാക്കി.

"നമ്മുടെ ദൗത്യം വിജയകരമായി നാം പൂർത്തീകരിച്ചു. ഇനി
ഇവിടെ നിൽക്കുന്നത് നല്ലതല്ല. പെട്ടെന്നുതന്നെ നമുക്കിവിടം
വിടണം." ഹെർമസ് പറഞ്ഞു. അവർ മദൂസായുടെ തലയുമായി
ഭൂമിയിൽ നിന്നുയർന്നു.

അപ്പോഴാണ് മറ്റു രണ്ടു രക്ഷസുകളും ഉറക്കത്തിൽനിന്നെ
ഴുന്നേറ്റത്. തലയില്ലാത്ത മദൂസായുടെ ജഡം കിടക്കുന്നത് കണ്ട്
അവർ ദിക്കുപൊട്ടുമാറുച്ചത്തിൽ അലറിവിളിച്ചു. രക്ഷസുകളുടെ
കണ്ണുകളിൽ നിന്ന് കോപാഗ്നി വർഷിച്ചു. "ആരാണ് ഞങ്ങളറി
യാതെ മദൂസായുടെ തലവെട്ടിക്കൊണ്ടുപോയത്? ആരാണെ
ങ്കിലും ഞങ്ങളവനെ കൊന്നിരിക്കും. എവിടെയാണ് മദൂസായുടെ

തല?" അവർ ലക്ഷ്യമില്ലാതെ അലറിപ്പാഞ്ഞു. "ഇതാ ഇവിടെയുണ്ട് ഞങ്ങളെ വേഗം വന്ന് രക്ഷിക്കൂ." മാന്ത്രികസഞ്ചിയിൽ കിടന്നിരുന്ന മദൂസായുടെ തലയിലെ സർപ്പങ്ങളാണ് ഇങ്ങനെ വിളിച്ച് പറഞ്ഞത്. ശബ്ദം കേട്ടഭാഗത്തേക്ക് രക്ഷസുകൾ പറന്നു വന്നു. ശത്രുവനെ കാണാതെ അവർ നാലുപാടും പറന്നു. പെഴ്സ്യൂസ് അദൃശൃതയുടെ തൊപ്പി ധരിച്ചതിനാൽ അവർക്ക് അവനെ നോക്കി ശിലയാക്കുവാൻ കഴിഞ്ഞില്ല. "വേഗം പറക്കൂ പെഴ്സ്യൂസ് വേഗം." അഥീനിയും ഹെർമസും ഒരേസ്വരത്തിൽ പറഞ്ഞു. അവൻ വേഗം പറന്ന് അവർക്കൊപ്പമെത്തി. രക്ഷസുകൾ കോപത്താൽ അലറിവിളിച്ചുകൊണ്ട് ലക്ഷ്യമില്ലാതെ തലങ്ങും വിലങ്ങും പറന്നു കൊണ്ടിരുന്നു.

രാക്ഷസ രാജാവ്

പെഴ്‌സ്യൂസും ഹെർമസും അഥീനിയും വിജയശ്രീലാളി തരായി പറക്കുകയാണ്. രക്ഷസുകളുടെ അലർച്ചകളിൽനിന്നു മൊക്കെ അവർ ഒരു പാട് ദൂരം പിന്നിട്ട് കഴിഞ്ഞു. കുറെ ദൂരം ചെന്നപ്പോൾ അവർക്ക് ക്ഷീണിച്ചു. "ഇന്നിനി പറക്കൽ വേണ്ട നമുക്ക് ഭൂമിയിലിറങ്ങി അൽപ്പമൊന്ന് വിശ്രമിച്ചാലോ." പെഴ്‌സ്യൂസ് അഭിപ്രായപ്പെട്ടു. "ശരി അങ്ങനെയെങ്കിൽ വിശ്രമി ക്കാൻ പറ്റിയ നല്ല സ്ഥലങ്ങൾ വല്ലതും നീ കാണുന്നുണ്ടോ" ഹെർമസ് അഥീനിയോട് ചോദിച്ചു. "ഉവ്വ്. ഒരു പൂന്തോട്ടം ഞാൻ കാണുന്നുണ്ട്. പൂന്തോട്ടത്തിനരികെ ഒരു സത്രമാണെന്ന് തോന്നുന്നു. പക്ഷേ അവിടെ ഒരു രാക്ഷസൻ നിൽപ്പുണ്ട്." അവൾ പറഞ്ഞു. "രാക്ഷസനെ പേടിച്ച് ആ നല്ല സ്ഥലം വെറുതെ നഷ്ടപ്പെടുത്തേണ്ട വരു..." എന്നു പറഞ്ഞുകൊണ്ട് ഹെർമസ് താഴേക്ക് കുതിച്ചു. പിന്നാലെ പെഴ്‌സ്യൂസും അഥീനിയും.

അവർ നേരെ രാക്ഷസന്റെ അടുത്തെത്തി. അയാൾ കോപ ത്തോടെ അവർക്കുനേരെ പാഞ്ഞുവന്നു. "ആരോട് ചോദിച്ചി ട്ടാണ് നിങ്ങൾ ഇവിടെ കയറിയത്. ഇന്നു നിങ്ങളെ ഞാൻ ശാപ്പി ടും." ഹെർമസ് പറഞ്ഞു: "സുഹൃത്തെ ഇങ്ങനെ ദേഷ്യപ്പെടരു ത്. ഞങ്ങൾ ഒരുപാട് ദൂരെ നിന്ന് യാത്ര ചെയ്ത് വന്നവരാണ്. ഇനിയും കുറെ ദൂരം പോകാനുമുണ്ട്. ദയവുചെയ്ത് ഞങ്ങളെ ഇന്നിവിടെ തങ്ങാൻ അനുവദിക്കണം." രാക്ഷസൻ ഇതുകേട്ട്

ഉറക്കെ അട്ടഹസിച്ചു. "ഹ...ഹ...ഹ... അതെ നിങ്ങൾ ഇനി ഇവിടെ മാത്രമേ തങ്ങൂ..നിങ്ങൾക്കിനി എങ്ങോട്ടും പോകാൻ കഴിയില്ല. കാരണം ഞാൻ നിങ്ങളെ തിന്നാൻ പോവുകയാണ്."

രാക്ഷസന്റെ ഈ പെരുമാറ്റം ഹെർമസിനെ ദേഷ്യം പിടി പ്പിച്ചു. "ഇവനോടൊക്കെ മര്യാദപറഞ്ഞാൽ ശരിയാവില്ല. പെഴ്സ്യൂസെ സഞ്ചിതുറന്നോളൂ... പെട്ടെന്ന് പെഴ്സ്യൂസ് മാന്ത്രിക സഞ്ചിതുറന്ന് മദൂസായുടെ തല രാക്ഷസനു നേരെ കാണിച്ചു. അയാൾ ഉടൻതന്നെ ഒരു ശിലയായി മാറി.

അങ്ങനെ ആരുടെയും ശല്യമില്ലാതെ ആ രാത്രി മനോഹര മായ ഉദ്യാനത്തിന്റെ ഭംഗിയാസ്വദിച്ച് അവർ ആ സത്രത്തിൽ കഴിച്ചുകൂട്ടി. പിറ്റേന്നു പുലർച്ച തന്നെ അവർ യാത്രയാരംഭിച്ചു. മാന്ത്രികസഞ്ചിയിലെ മദൂസായുടെ തലയിൽനിന്ന് രക്തത്തു ള്ളികൾ ആകാശത്തുനിന്ന് ഭൂമിയിലേക്ക് ഇറ്റു വീണുകൊണ്ടി രുന്നു. ആ രക്തത്തുള്ളികളിൽനിന്ന് കരിനാഗങ്ങൾ പിറന്നു വീണുകൊണ്ടിരുന്നു.

കുറെ ദൂരം പറന്നതിനു ശേഷം അവർ വിശ്രമിക്കാനായി ഒരു കടൽത്തീരത്തിറങ്ങി. കടൽക്കാറ്റുകൊണ്ട് അവരങ്ങനെ നട ക്കുകയായിരുന്നു. പെട്ടെന്ന് അവർ ഒരു കാഴ്ചകണ്ടു. ദൂരെ കട ലിൽ പൊന്തി നിൽക്കുന്ന ഒരു പാറയിൽ സുന്ദരിയായ ഒരു യുവതിയെ ബന്ധിച്ചിട്ടിരിക്കുന്നു. ആ പെൺകുട്ടി ആരാണ്. എതോപ്യൻ രാജാവായ സേഫൂസിന്റെയും കസിയോപ്പിയയു ടെയും മക്കളായ ആൻഡ്രോമേഡയാണവൾ. അമ്മയുടെ ഒരു പാഴ്വാക്കാണ് അവളെ ഈ അവസ്ഥയിലെത്തിച്ചത്. ഒരിക്കൽ കസിയോപ്പിയ ഒരു വീമ്പിളക്കി. തന്റെ മകൾ സാഗരകന്യകമാ രേക്കാൾ സുന്ദരിയാണ്. സാഗരകന്യകമാർ ഇതു കേട്ടു. സ്വന്തം മകളെക്കുറിച്ച് ഇങ്ങനെ പൊങ്ങച്ചം പറയുന്ന ഈ സ്ത്രീയെ ഒരു പാഠം പഠിപ്പിക്കണമെന്ന് അവർ തീരുമാനിച്ചു. സാഗരകന്യ കമാർ തങ്ങളുടെ സംരക്ഷകനായ പൊസിഡോണെ വിളിച്ചു വിവരം പറഞ്ഞു.

പൊസിഡോൺ കലിതുള്ളി നിൽക്കുന്ന സാഗരകന്യക മാർക്കുവേണ്ടി പ്രതികാരം ചെയ്യാൻ തയാറായി. തിരമാലകളെ ആ രാജ്യത്തിലേക്കയക്കുകയാണ് അയാൾ ആദ്യം ചെയ്തത്. തിരമാലകൾ ആ പ്രദേശം മുഴുവൻ മുക്കിക്കളഞ്ഞു.

കടൽക്ഷോഭത്തിൽ ആ നാടുമുടിയാറായി. എവിടെ നോക്കി
യാലും വെള്ളം. രാജാവിനാകട്ടെ ഇതിന്റെ കാരണം മനസിലാ
യതുമില്ല. അങ്ങനെ അദ്ദേഹം അമോനിലെ പ്രവചനകേന്ദ്രത്തി
ലെത്തി വിവരങ്ങൾ മനസിലാക്കി. ഇതിന് പരിഹാരമായി തന്റെ
മകളെ ബലികഴിക്കണമെന്നാണ് പ്രവചനത്തിൽ പറയുന്നത്.
രാജ്യത്തേക്കാൾ വലുതല്ല മകൾ. അങ്ങനെ കടൽക്ഷോഭത്തിന്
പരിഹാരം കാണാൻ മകളെ ബലി കഴിക്കാൻ തന്നെ രാജാവ്
തീരുമാനിച്ചു. അങ്ങനെയാണ് അവൾ ഇവിടെ കടലിലെ പാറ
യിൽ ബന്ധിതയായിത്തീർന്നത്.

പെഴ്സ്യൂസിനോട് ഹെർമസും അഥീനിയും ആൻഡ്രോമേ

ഡയുടെ ഈ കഥ പറഞ്ഞു. അവളെ എങ്ങനെയും അവിടെ നിന്ന് മോചിപ്പിക്കണെമന്ന് അവന് തോന്നി. പക്ഷേ ഒരു വ്യാളി അവൾക്ക് കാവൽ നിൽക്കുന്നതായി അവൻ കണ്ടു. ഉടൻതന്നെ അദൃശ്യമാവാനുള്ള തൊപ്പിയും ധരിച്ചുകൊണ്ട് പെഴ്സ്യൂസ് അങ്ങോട്ട് കുതിച്ചു.

പെഴ്സ്യൂസും വ്യാളിയും തമ്മിലുള്ള പൊരിഞ്ഞ പോരാട്ടമാണ് പിന്നീടുണ്ടായത്. തന്റെ വാളുകൊണ്ട് വ്യാളിയെ അവൻ വെട്ടിമുറിവേൽപ്പിച്ചു. പക്ഷേ അതടങ്ങുന്ന ലക്ഷണമില്ല. അങ്ങനെ അറ്റകൈ പ്രയോഗിക്കപ്പെട്ടു. മദൂസായുടെ തല അവൻ വ്യാളിക്കുനേരെ പിടിച്ചു. ഉടൻ തന്നെ വ്യാളി കരിങ്കല്ലായി രൂപാന്തരപ്പെട്ടു. ചിറകുള്ള ചെരിപ്പിലേറി പെഴ്സ്യൂസ് ആൻഡ്രോമേഡയെ മോചിപ്പിച്ച് കരയിലേക്ക് കൊണ്ടുവന്നു.

പെഴ്സ്യൂസിന്റെ വിവാഹം

ആൻഡ്രോമേഡയെ വിവാഹം കഴിക്കാൻ പെഴ്സ്യൂസ് ആഗ്രഹിച്ചു. അവളെ മോചിപ്പിച്ചുകൊണ്ട് അവൻ നേരെ പോയ ത്, അവളുടെ കൊട്ടാരത്തിലേക്കാണ്. രാജാവും രാജ്ഞിയും മകളെ കണ്ട് അമ്പരന്നു. അപ്പോൾ പെഴ്സ്യൂസ് പറഞ്ഞു. "നഷ്ട പ്പെട്ടു എന്നു കരുതിയ നിങ്ങളുടെ മകൾ ഇതാ സ്വതന്ത്രയായി തിരിച്ചുവന്നിരിക്കുന്നു. അവളെ രക്ഷിച്ചത് ഞാനാണ്. ഞാനി വളെ വിവാഹം കഴിച്ച് എന്റെ നാടായ ഗ്രീസിലേക്ക് കൊണ്ടു പോകാൻ ആഗ്രഹിക്കുന്നു."

എല്ലാം ഒറ്റശ്വാസത്തിൽ അവൻ പറഞ്ഞുകഴിഞ്ഞു. രാജാവും രാജ്ഞിയും മുഖത്തോടു മുഖം നോക്കി. രാജാവ് മകളോട് ചോദിച്ചു: "എന്താണ് മകളെ നിന്റെ അഭിപ്രായം." അവൾ പറഞ്ഞു: "ഈ ദുർഗതിയിൽനിന്ന് എന്നെ രക്ഷിച്ച ഈ യുവാവിനെ വിവാഹം കഴിക്കാൻ ഞാൻ ആഗ്രഹിക്കുന്നു." മക ളുടെ അഭിപ്രായം കേട്ടതും രാജദമ്പതികളുടെ മുഖം വാടി. പെഴ്സ്യൂസിന് മകളെ വിവാഹം കഴിച്ചുകൊടുക്കാൻ അവർക്ക് ഒട്ടും താൽപ്പര്യമില്ലായിരുന്നു. രാജ്ഞി മകളുടെ മനസുമാറ്റാൻ ശ്രമിച്ചു. ആരാണെന്നുപോലുമറിയാത്ത ഒരുവന്റെ കൂടെ അന്യ ദേശത്തേക്ക് വിവാഹിതയായി പോകുന്നതിന്റെ ബുദ്ധിമുട്ടു കളെക്കുറിച്ച് അവർ മകളോട് പറഞ്ഞു. അപ്പോൾ

ആൻഡ്രോമേഡ മറുപടി പറഞ്ഞു: "അമ്മയുടെ പൊങ്ങച്ചം പറ
ച്ചിൽ കാരണം എനിക്ക് ഇവിടെ ഉണ്ടായതിനേക്കാൾ വലിയ
ദുരന്തമൊന്നും എവിടെയുമുണ്ടാകില്ല."

മകൾ തന്റെ നിലപാടിൽ ഉറച്ചുനിൽക്കുകയാണെന്ന്
രാജാവും രാജ്ഞിയും മനസിലാക്കി. അങ്ങനെ പെഴ്സ്യൂസും
ആൻഡ്രോമേഡയുമായുള്ള വിവാഹം കൊട്ടാരത്തിൽ വച്ച്
ഉടൻതന്നെ നടന്നു. അപ്പോഴതാ ബേലൂസ് രാജാവിന്റെ ഇരട്ട
ഹോദരനായ അജനോർ പെഴ്സ്യൂസിനെ നേരിടാൻ സൈന്യ
വുമായി കൊട്ടാരമുറ്റത്ത് എത്തിക്കഴിഞ്ഞിരുന്നു. അജനോറുമായി
മകളുടെ വിവാഹം നടത്താനായിരുന്നു രാജാവിനും
രാജ്ഞിക്കും താൽപ്പര്യം. കാര്യങ്ങളെല്ലാം കൈവിട്ടുപോയതായി
ആൻഡ്രോമേഡയുടെ അമ്മ അജനോറെ രഹസ്യമായി ധരിപ്പി
ച്ചതിന്റെ ഫലമാണ് ഇപ്പോൾ കാണുന്നത്.

അജനോർ കോപത്തോടെ കൊട്ടാരത്തിലേക്ക് കടന്നുവന്നു. എന്നിട്ട് പെഴ്സ്യൂസിനോട് പറഞ്ഞു: "ആൻഡ്രോമേഡ ഞാൻ വിവാഹം കഴിക്കാനിരുന്ന പെൺകുട്ടിയാണ്. അവളെ ഉപേക്ഷിച്ച് സ്ഥലം വിടുന്നതാണ് നിനക്ക് നല്ലത്." പെഴ്സ്യൂസ് ഒന്നു ചിരിച്ചു കൊണ്ട് പറഞ്ഞു: "കൊള്ളാമല്ലോ, അപ്പോൾ അവളുടെ സമ്മ തത്തിനൊന്നും ഇവിടെ പ്രസക്തിയില്ലേ? അവൾക്കിഷ്ടമാ ണെങ്കിൽ ഞാൻ അവളെ കൊണ്ടുപോകും." "പെഴ്സ്യൂസ് എന്റെ ഭർത്താവാണ്. ഞാൻ അദ്ദേഹത്തിന്റെ കൂടെ പോയിരിക്കും." "അജനോർ ഇനി എനിക്ക് പോകാമല്ലോ" എന്നു പറഞ്ഞുകൊണ്ട് പെഴ്സ്യൂസ് തന്റെ ഭാര്യയുടെ കൈപിടിച്ച് മുന്നോട്ട് നടന്നു. അജനോർ വിടാൻ തയാറായിരുന്നില്ല. പിന്നെ നടന്നത് വലി യൊരു യുദ്ധമായിരുന്നു. എതിർ പക്ഷത്ത് ഒരാൾ മാത്രമുള്ള യുദ്ധം.

പെഴ്സ്യൂസ് അദൃശ്യനാകുന്ന തന്റെ തൊപ്പിയണിഞ്ഞു. ശത്രുവിനെ കാണാതെ സൈന്യം അമ്പരന്നു. തന്റെ മാന്ത്രിക വാളുകൊണ്ട് അവൻ നന്നായി പോരാടി. ശത്രുക്കൾ നിലംപരി ശായി.

പെഴ്സ്യൂസ് തന്റെ ഭാര്യയുടെ കൈപിടിച്ചുകൊണ്ട് മുന്നോട്ടു നടന്നു. അവരെ തടയാൻ അജനോറോ അയാളുടെ സൈന്യമോ അവശേഷിച്ചിരുന്നില്ല.

പെഴ്സ്യൂസ് സെരിഫസ് ദ്വീപിൽ തിരിച്ചെത്തിയവാർത്ത കാട്ടുതീപോലെ പടർന്നു. പോളിഡെക്ട്സ് ഇതറിഞ്ഞ് ഞെട്ടി ത്തരിച്ചു. അങ്ങനെ യൊരിക്കലും സംഭവിക്കില്ല എന്നായിരുന്നു അയാൾ വിചാരിച്ചത്. അയാൾ ഒരു വിരുന്നു സൽക്കാരത്തിൽ പങ്കെടുത്തുകൊണ്ടിരിക്കുകയായിരുന്നു. അവിടേക്ക് പെഴ്സ്യൂസ് കടന്നുചെന്നു. അവനെ കണ്ടതും പോളിഡെക്ട്സിന്റെ മുഖം വിളറി. പെഴ്സ്യൂസ് പറഞ്ഞു: "അങ്ങ് ആവശ്യപ്പെട്ടതുപോലെ ഞാൻ മദൂസയുടെ ശിരസറുത്തിതാ കൊണ്ടുവന്നിരിക്കുന്നു. ഇനി അങ്ങ് വാക്കു പാലിക്കണം." അതുകേട്ടതും രാജാവ് ഒന്നു പതറി. എന്നിട്ട് ഇങ്ങനെ പറഞ്ഞു: "പച്ചക്കള്ളമാണ് നീ പറയു ന്നത്. മദൂസയുടെ ശിരസറുത്ത് നിനക്കിവിടെ വരാൻ കഴിയി ല്ല. നീ പറഞ്ഞത് സത്യമാണെങ്കിൽ ആ തല ഞങ്ങളെ കാണി ക്കാത്തതെന്താണ്?"

പോളിഡേക്ട്സിന്റെ അനുയായികളും മദൂസായുടെ തല കാണിക്കുവാൻ മുറവിളികൂട്ടിക്കൊണ്ടിരുന്നു. "ശരി ഞാനത് നിങ്ങളെ കാണിക്കാം" എന്നു പറഞ്ഞുകൊണ്ട് പെഴ്സ്യൂസ് പുറ ത്തേക്ക് പോയി. മാന്ത്രികസഞ്ചിയുമായി വീണ്ടും അവൻ തിരി ച്ചെത്തി. സഞ്ചിയിൽനിന്ന് അവർക്കഭിമുഖമായി മദൂസായുടെ തല എടുത്തു. ക്ഷണനേരം കൊണ്ട് പോളിഡേക്ട്സും അനു യായികളും ശിലയായി പരിണമിച്ചു.

പെട്ടെന്ന് ഹെർമസും അഥീനാദേവിയും അവിടെയെത്തി. അവർ പെഴ്സ്യൂസിനെ അഭിനന്ദിച്ചു. ദേവസുന്ദരിമാരുടെ മാന്ത്രിക സഞ്ചിയും അദൃശ്യമാകുന്ന തലപ്പാവും പറക്കും ചെരി പ്പുകളും അവൻ ഹെർമസിനെ തിരികെ ഏൽപ്പിച്ചു. പെഴ്സ്യൂ സിന് എല്ലാ നന്മകളും ആശംസിച്ച് ഹെർമസും അഥീനിദേവിയും മറഞ്ഞു.

പെഴ്സ്യൂസ് സെരിഫസ് ദ്വീപിലെ രാജാവായി. ഒരിക്കൽ ലറീസിയിലെ രാജാവ് കായിക മത്സരത്തിന് പെഴ്സ്യൂസിനെ ക്ഷണിച്ചു. അവിടെ വച്ചാണ് പഴയ പ്രവചനം ഫലിച്ചത്. ഡിസ്കേറിൽ പങ്കെടുത്ത പെർസ്യൂസ് വലിച്ചെറിഞ്ഞ ഡിസ്ക് ലക്ഷ്യം തെറ്റി മത്സരം കാണാനെത്തിയ അവന്റെ മുത്തച്ഛൻ അക്രിസിയൂസ് രാജാവിന്റെ മേൽ പതിച്ചു. രാജാവ് തൽക്ഷണം മരിക്കുകയും ചെയ്തു.

ഹെർമസ്

ഗ്രീക്കു ദേവന്മാരുടെ തലവനാണ് സ്യൂസ് ദേവൻ. അദ്ദേഹത്തെ ബഹുമാനിച്ചും അനുസരിച്ചുമാണ് ദേവലോകത്തിലെ എല്ലാ ദേവൻ മാരും കഴിഞ്ഞിരുന്നത്. സ്യൂസ് ദേവന്റെ പുത്രനായിരുന്നു ഹെർമസ് ദേവൻ. ഹെർമസിനെ പ്രസവിച്ചതിനുശേഷം അവന്റെ അമ്മ മായിയാ ദേവി അവനെ ഒരു മുറത്തിൽ വച്ചിട്ട് പുറത്തേക്ക് പോയി. ദേവന്മാർ മനുഷ്യരെ പോലെയല്ല. അവർക്ക് അത്ഭുതങ്ങളിൽ വളരാനും ജീവിക്കാനും കഴിയും. അതു തന്നെയാണ് ഹെർമസിന്റെ കാര്യത്തിലും സംഭവിച്ചത്. അമ്മ പുറത്തുപോയി തിരികെ വന്നപ്പോൾ കണ്ട കാഴ്ച മനുഷ്യരായ നമ്മെ അത്ഭുതപ്പെടുത്തും. കാരണം പിറന്നിട്ട് മണിക്കൂറുകൾ പോലുമാവാത്ത ചോരക്കുഞ്ഞ് അതാ വളർന്ന് ഒരു ബാലനായി മാറിയിരിക്കുന്നു!

കുസൃതിത്തരങ്ങളുടെ ഒരു കൊച്ചുദേവനായിരുന്നു ഹെർമസ്. മായിയാ ദേവി അവന്റെ കുറുമ്പുകാരണം ഒരുപാട് കഷ്ടപ്പെട്ടു എന്നു പറഞ്ഞാൽ മതിയല്ലോ. ഹെർമസിന്റെ കുസൃതിത്തരങ്ങൾ അവന്റെ അമ്മയുടെ അടുത്തുമാത്രം ഒതുങ്ങിനിന്നില്ല. മറ്റു ദേവന്മാരോടും ഈ കുറുമ്പുകളൊക്കെ അവൻ കാണിക്കും. സാക്ഷാൽ സ്യൂസ് ദേവന്റെ പുത്രനായതുകൊണ്ട് ആരും ഒന്നും പറയില്ലെന്നുമാത്രം.

ഒരിക്കൽ അപ്പോളോ ദേവന്റെ കുറെ പശുക്കൾ മേഞ്ഞുന ടക്കുന്നത് ഹെർമസ് കാണാനിടയായി. കൊഴുത്തു ഭംഗിയേറിയ ഈ പശുക്കളെ എങ്ങനെയെങ്കിലും മോഷ്ടിക്കണമെന്നായി ഹെർമസിന്. പെട്ടെന്ന് വളർന്നതുകൊണ്ടാവാം, സൂത്ര ങ്ങൾക്കൊന്നും അവന്റെ കൈയിൽ യാതൊരു പഞ്ഞവുമില്ലാ യിരുന്നു. മോഷണത്തിന്റെ ആദ്യ പടിയായി അവൻ ഓക്കുമര ത്തിന്റെ കുറെ തൊലി അടർത്തിയെടുത്ത് ചെരിപ്പുകൾ ഉണ്ടാ ക്കി. എന്നിട്ട് സ്വന്തം കാലിൽ ആ ചെരിപ്പുകൾ അണിഞ്ഞു. ബാക്കിയുള്ള ചെരിപ്പുകളുമായി ഒരുദിവസം രാത്രി അപ്പോളോ ദേവന്റെ പശുത്തൊഴുത്തു ലക്ഷ്യമാക്കി നീങ്ങി.

നല്ല നിലാവുള്ള രാത്രി. എങ്ങും നിശ്ശബ്ദത. കള്ളന്മാരെ പ്പോലും നാണിപ്പിച്ചുകൊണ്ട് കുറെ പശുക്കളെ ഹെർമസ് പൊക്കിയെന്നു പറഞ്ഞാൽ മതിയല്ലോ. അതെങ്ങനെയെന്നല്ലേ? ആദ്യം അവൻ ഉണ്ടാക്കിയ ഒരു ജോഡി ചെരിപ്പ് സ്വയം കാലി ലണിഞ്ഞെന്നു പറഞ്ഞിരുന്നല്ലോ. അതുപോലെ കുറെ പശു ക്കളുടെ കാലിലും പതുക്കെ അവൻ ചെരിപ്പുകൾ അണിയിച്ചു. പശു ചവിട്ടാനും തൊഴിക്കാനുമൊക്കെ ശ്രമിച്ചെങ്കിലും ഒരുവിധ ത്തിൽ കുറെ പശുക്കൾക്ക് പാദരക്ഷയണിയിക്കാൻ ഹെർമസിനു കഴിഞ്ഞു. അങ്ങനെ ചെരിപ്പണിഞ്ഞ പശുക്കളെയും അഴിച്ചു കൊണ്ട് അവൻ പതുക്കെ മുന്നോട്ടു നീങ്ങി. ചെരിപ്പുവിദ്യ ഏതാ യാലും ഫലിച്ചു. പശുക്കൾ നടന്നു പോകുന്നിടത്തൊന്നും കുള മ്പിന്റെ യാതൊരു അടയാളവും കാണാനുണ്ടായിരുന്നില്ല.

തന്റെ പശുക്കൾ മോഷ്ടിക്കപ്പെട്ടതായി അപ്പോളോ ദേവൻ മനസിലാക്കി. മോഷ്ടിച്ചുകൊണ്ടുപോയവൻ ഏതായാലും ചില്ല റക്കാരനല്ല. പശുക്കളുടെ കുളമ്പടയാളം പോലും കാണാനില്ല. ദേവലോകത്തു നടന്ന ഈ മോഷണം ദേവന്മാർക്കു തന്നെ നാണ ക്കേടാണല്ലോ. ഇതന്വേഷിച്ചിട്ടുതന്നെ കാര്യം. അപ്പോളോ ദേവൻ വിചരിച്ചു. നാടായ നാടുമുഴുവൻ ദേവൻ പശുക്കളെ അന്വേ ഷിച്ചു നടന്നു. പക്ഷേ യാതൊരു ഫലവുമുണ്ടായില്ല. അവസാനം അദ്ദേഹം ഒരു പ്രഖ്യാപനം നടത്തി: "എന്റെ അതി ശ്രേഷ്ഠരായ പശുക്കൾ മോഷണം പോയിരിക്കുന്നു. മോഷ്ടാവിനെയും പശു ക്കളെയും കണ്ടുപിടിക്കുന്നവർക്ക് നല്ല പ്രതിഫലം നൽകുന്ന താണ്." ദേവലോകം മുഴുവൻ ഈ വാർത്തയറിഞ്ഞു. സിലേ

നൂസ് എന്ന പണക്കൊതിയന്റെ മുമ്പിലും ഈ വാർത്തയെത്തി.
സിലേനൂസിന്റെ സഹായികൾ പാതി മനുഷ്യരുടെ രൂപമുള്ളവ
രായിരുന്നു. പണക്കൊതിയന്മാർക്ക് മുഴുവൻ മനുഷ്യരെ കൂട്ടിനു
കിട്ടില്ലല്ലോ. ഈ അർധമനുഷ്യരും സിലേനൂസും ചേർന്ന് പല
ദിക്കിലും പശുക്കളെ അന്വേഷിച്ചു നടന്നു. എവിടെ കിട്ടാൻ.
തെളിവിന്റെ ഒരു തുമ്പുപോലുമില്ലാതെയല്ലേ ഹെർമസ് പശു
ക്കളെ കടത്തിയിരിക്കുന്നത്. സിലേനൂസും പാതിമനുഷ്യരും
പണക്കൊതി മൂത്ത് വെറുതെ അലഞ്ഞുനടന്നത് മിച്ചം. അങ്ങനെ
അവർ നടക്കുമ്പോൾ അതിമനോഹരമായ ഒരു സംഗീതം കേട്ടു.
അവർ ഉടൻ തന്നെ അതിന്റെ ഉറവിടം തേടി നടക്കാൻ തുടങ്ങി.
അവർ ചെന്നെത്തിയത് ഒരു മലയുടെ താഴ്‌വരയിലാണ്. അവിടെ
അതിസുന്ദരിയായ ഒരു യുവതി കണ്ടു. അവളുടെ പേര് സിലേന
എന്നായിരുന്നു. സിലേനൂസ് സിലേനയോട് ചോദിച്ചു: "ഇപ്പോൾ
ഇവിടെ നിന്ന് അതിമനോഹരമായ ഒരു ഗാനം കേട്ടല്ലോ, നിങ്ങ
ളാണോ അത് പാടിയത്."

     "അയ്യോ അത് ഞാനല്ല, ഒരു മിടുക്കനായ കുട്ടിയുണ്ടിവിടെ.
അവനാണ് പാടിയത്. അവന്റെ കുസൃതിത്തരങ്ങൾ രസകരമാ

ണ്. ആ മിടുക്കന്റെ ആയയാണ് ഞാൻ." സിലേന പറഞ്ഞു. "ഓഹോ, എന്തൊക്കെയാണ് അവന്റെ വികൃതിത്തരങ്ങൾ കേൾക്കട്ടെ." സിലേനുസിന് ആകാംക്ഷ അടക്കാനായില്ല. സിലേനുസിന്റെ ചോദ്യം സിലേനയെ ആവേശഭരിതയാക്കി. "നിങ്ങൾക്ക് ഇത്ര താൽപ്പര്യമാണെങ്കിൽ പറയാം. അവൻ കഴിഞ്ഞ ദിവസം വിചിത്രമായ ഒരു വീണയുണ്ടാക്കി." സിലേ നുസിന് വീണ്ടും അത്ഭുതം. "അവൻ ഒറ്റയ്ക്കോ." "അതെ, ഒറ്റ യ്ക്ക്. ആമയുടെ തോടും പശുവിന്റെ കുടൽമാലയും കൊണ്ട്." "ഇത്ര മനോഹരമായ ആ സംഗീതം വരുന്നത് ആ കുട്ടിയുണ്ടാ ക്കിയ വീണയിൽ നിന്നാണെന്നാണോ നിങ്ങൾ പറഞ്ഞുവരു ന്നത്." സിലേനുസിന് അതൊരു പുതിയ അറിവായിരുന്നു. "അതേ, അവൻ അവന്റെ അമ്മയെ ഉറക്കുന്നതിനുവേണ്ടിയാണ് വിചിത്രമായ ആ വീണമീട്ടുന്നത്." സിലേന പറഞ്ഞു.

ഈ വിചിത്രമായ കുട്ടി ആരാണെന്ന് നമുക്ക് മനസിലായി ക്കാണുമല്ലോ. പക്ഷേ തൽക്കാലം അത് സിലേനുസിനോട് പറ യണ്ട. അയാളുടെ അടുത്ത നീക്കം എന്താണെന്ന് നോക്കാം. സിലേന അവന്റെ പാട്ടുകേൾക്കാൻ അവരെ അകത്തേക്ക് ക്ഷ ണിക്കുകയാണ്. അവർക്കാകട്ടെ എങ്ങനെയെങ്കിലും പശുക്കളെ കണ്ടുപിടിച്ച് അപ്പോളോ ദേവന്റെ കൈയിൽനിന്ന് കാൽ മേടി ച്ചെടുക്കണം എന്ന ചിന്ത മാത്രമേയുള്ളൂ. സിലേനുസിന് പെട്ടെന്ന് ഒരു സംശയം തോന്നി. അയാൾ ചോദിച്ചു: "അല്ല, വീണയുണ്ടാക്കാനുള്ള പശുവിന്റെ കുടൽമാലയൊക്കെ ഈ പയ്യന് എങ്ങനെ കിട്ടി?" "അതെന്തിന് നിങ്ങൾ അറിയുന്നു?" ആയയ്ക്ക് അയാളുടെ ആ ചോദ്യം ഇഷ്ടപ്പെട്ടില്ല. "അന്വേഷി ക്കേണ്ട കാര്യം ഞങ്ങൾക്കുള്ളതുകൊണ്ട്... അപ്പോളോ ദേവന്റെ കുറെ പശുക്കൾ മോഷണം പോയിട്ടുണ്ട്. അതിവനാണോ എന്ന റിയണം." ഇതു കേട്ടതും സിലേനയ്ക്ക് ദേഷ്യം ഇരച്ചു കയറി: "നിങ്ങൾക്കെന്താ ഭ്രാന്താണോ, ഇത്തിരിയില്ലാത്ത ഈ കൊച്ചു കുട്ടിയല്ലേ അപ്പോളോ ദേവന്റെ പശുക്കളെ മോഷ്ടിക്കുന്നത്? ഏതായാലും ഇപ്പറഞ്ഞത് മറ്റാരുമറിയേണ്ട." അവളുടെ മറുപടി സിലേനുസിനെ തൃപ്തനാക്കിയില്ല. അവൾ എന്തൊക്കെയോ ഒളിക്കുന്നതുപോലെ അയാൾക്കു തോന്നി. ഉടൻതന്നെ അപ്പോളോ ദേവനെ വിവരം അറിയിക്കുകതന്നെ. പണത്തോ

ടുള്ള ആർത്തിയിൽ അയാളും അനുയായികളും ഉടൻതന്നെ അപ്പോളോ ദേവന്റെ അടുത്തേക്ക് പാഞ്ഞു.

സിലേനൂസ് ഉണ്ടായ സംഭവങ്ങളെല്ലാം അപ്പോളോ ദേവനെ ധരിപ്പിച്ചു. വിവരമറിഞ്ഞ ദേവൻ കോപംകൊണ്ട് കത്തിജ്ജ്വലി ച്ചു. പറഞ്ഞതു പുലിവാലായോ എന്നുപോലും സിലേനൂസിന് തോന്നാതിരുന്നില്ല അപ്പോളോ ദേവന്റെ കോപം കണ്ടപ്പോൾ.

അപ്പോളോദേവൻ നേരെ ഹെർമസിന്റെ അമ്മ മായിയാദേവി യുടെ അടുത്തേക്ക് പാഞ്ഞു. അപ്പോളോയുടെ വരവു കണ്ട പ്പോൾ തന്നെ തന്റെ മകൻ കാര്യമായ എന്തോ വികൃതി ഒപ്പിച്ച തായി മായിയാദേവിക്കു തോന്നി. "മായിയാ നിങ്ങളുടെ മകൻ എന്റെ പശുക്കളെ മോഷ്ടിച്ചിരിക്കുന്നു. ഇതിന് നിങ്ങൾ ഉത്തരം പറഞ്ഞേ തീരൂ." അപ്പോളോ അലറി. "അപ്പോളോ നിങ്ങൾ എന്ത് മണ്ടത്തരമാണ് പറയുന്നത്. ഇത്തിരിയില്ലാത്ത ഈ കുട്ടിയാണോ നിങ്ങളുടെ പശുക്കളെ മോഷ്ടിക്കുന്നത്? വല്ലവരും എന്തെങ്കിലും പറയുന്നത് കേട്ട് ഇങ്ങനെ വന്ന് കലി തുള്ളാൻ നിങ്ങൾക്കെന്താ ഭ്രാന്തു പിടിച്ചോ?" മായിയാദേവിക്കും വിട്ടുകൊടുക്കാൻ ഉദ്ദേ ശ്യമില്ലായിരുന്നു. "ഹും ഇത്തിരിയില്ലാത്ത കുട്ടിപോലും, വിളഞ്ഞ വിത്താണിവൻ. അപ്പോളോദേവൻ അവന്റെ മുഖത്തേക്ക് ക്രൂര മായി നോക്കി. ഹെർമസാകട്ടെ ഒന്നുമറിയാത്തവനെപ്പോലെ അമ്മയുടെ മുഖത്തേക്കും അപ്പോളോ ദേവന്റെ മുഖത്തേക്കും മാറിമാറി നോക്കിക്കൊണ്ടിരുന്നു.

"ഞാൻ ഇതിന് പരിഹാരം കണ്ടിട്ടേ അടങ്ങൂ" എന്നു പറ ഞ്ഞുകൊണ്ട് അപ്പോളോ ദേവൻ ഹെർമസിനെയുമെടുത്ത് ഒറ്റ യോട്ടംവച്ചുകൊടുത്തു. മായിയാദേവി കരഞ്ഞുകൊണ്ട് കുറെ ദൂരം ഓടിയെങ്കിലും അപ്പോളോ അതിവേഗം ഓടിമറഞ്ഞു.

ഹെർമസിന്റെ കുസൃതികൾ

ഹെർമസിനെയും എടുത്തുകൊണ്ട് അപ്പോളോദേവൻ നേരെപോയത് ഒളിമ്പസിലേക്കാണ്. അവിടെയാണ് ഹെർമ സിന്റെ പിതാവും ദേവാധിദേവനുമായ സ്യൂസ് ദേവനുള്ളത്. അപ്പോളോദേവൻ ഹെർമസിനെ സ്യൂസ് ദേവന്റെ മുന്നിൽ നിർത്തി. എന്നിട്ട് പറഞ്ഞു: "ഞങ്ങളുടെയെല്ലാം നേതാവാണ് അങ്ങ്. പക്ഷേ, ഒരു കാര്യം തുറന്നു പറയാം. അങ്ങയുടെ ഈ പുത്രന്റെ കുസൃതികൾകൊണ്ട് ഞങ്ങൾ പൊറുതിമുട്ടിയിരിക്കു കയാണ്. എന്റെ ഒന്നാന്തരം പശുക്കളെയാണ് ഈ ചെറിയ പ്രായ ത്തിൽ ഇവൻ മോഷ്ടിച്ചുകൊണ്ടുപോയിരിക്കുന്നത്. അങ്ങ് തന്നെ ഇതിന് പരിഹാരം കാണണം."

അപ്പോളോയുടെ വാക്കുകൾ സ്യൂസ് ദേവന് വിശ്വസിക്കാ നായില്ല. "തന്റെ മകൻ അതും ഇത്തിരിയില്ലാത്ത ഈ കുട്ടി പശു ക്കളെ മോഷ്ടിക്കുകയോ. അപ്പോളോ നിങ്ങൾ വെറുതെ തെറ്റി ദ്ധരിക്കുകയാണ്. എന്റെ മകനാണ് ഹെർമസ്. അവൻ അങ്ങനെ യൊന്നും ചെയ്യില്ല. മാത്രമല്ല ഇവനെപ്പോലുള്ള ഒരു കൊച്ചുകുട്ടിക്ക് ചെയ്യാൻ കഴിയുന്ന കാര്യമാണോ നിങ്ങൾ ഇപ്പോൾ ഇവന്റെ മേൽ ആരോപിച്ചിരിക്കുന്നത്." ഇങ്ങനെ യൊക്കെ പറഞ്ഞ് സ്യൂസ് ദേവൻ അപ്പോളോയെ ആശ്വസിപ്പി ക്കാൻ ശ്രമിച്ചു. പക്ഷേ അപ്പോളോ ദേവനുണ്ടോ വിട്ടുകൊടു

ക്കുന്നു. അയാൾ ഹെർമസുതന്നെയാണ് പശുക്കളെ മോഷ്ടിച്ച തെന്ന നിലപാടിൽ ഉറച്ചുനിൽക്കുകയാണ്.

സ്യൂസ് ദേവൻ വല്ലാത്ത ധർമസങ്കടത്തിലായി. ഹെർമസ് പിതാവിന്റെ ഈ അവസ്ഥ മനസിലാക്കി. ദേവന്മാരുടെ ദേവ നായി വാഴുന്ന തന്റെ അച്ഛന് നിസ്സഹായനായി നിൽക്കേണ്ടി വന്നത് താൻ കാരണമാണല്ലോ എന്ന ചിന്ത അവനെ വേദനി പ്പിച്ചു.

അപ്പോളോദേവൻ ഹെർമസിനെ പഴിചാരിക്കൊണ്ടിരിക്കു കയായിരുന്നു. അപ്പഴതാ എല്ലാവരെയും ഞെട്ടിച്ചുകൊണ്ട് ഹെർമസ്; താൻ തന്നെയാണ് പശുക്കളെ മോഷ്ടിച്ചതെന്ന് വെളി പ്പെടുത്തിയത്. അപ്പോളോയ്ക്ക് ആവേശമായി. "കണ്ടോ കണ്ടോ ഞാൻ പറഞ്ഞില്ലേ ഇവനാണത് ചെയ്തതെന്ന്. എടാ കുട്ടിച്ചെ കുത്താനെ നീ എന്റെ പശുക്കളെ എവിടെയാണ് ഒളിപ്പിച്ചിരി ക്കുന്നത്?" "എന്റെ കൂടെ വരൂ ഞാൻ കാണിച്ചുതരാം" എന്നു പറഞ്ഞുകൊണ്ട് ഹെർമസ് ഇറങ്ങി നടക്കാൻ തുടങ്ങി. പിന്നാലെ അപ്പോളോദേവനും.

ദൂരെ കുറെ പശുക്കൾ മേയുന്നത് അവൻ അപ്പോളോ ദേവന് കാണിച്ചുകൊടുത്തു, എന്നിട്ട് പറഞ്ഞു: "ഇതാ ആ കാണുന്ന പുൽമേട്ടിൽ മേഞ്ഞു നടക്കുന്നതാണ് നിങ്ങളുടെ പശുക്കൾ. അതിൽ രണ്ടെണ്ണത്തിനെയേ ഞാൻ കൊന്നിട്ടുള്ളൂ." "എന്തിന്?" അപ്പോളോ ദേവൻ ചോദിച്ചു. "ഒളിമ്പസിലെ പന്ത്രണ്ടു ദേവ ന്മാർക്ക് ബലിനൽകാൻ." "ഒളിമ്പസിലെ പന്ത്രണ്ടു ദേവന്മാരോ?" അപ്പോളോയുടെ നെറ്റിചുളിഞ്ഞു. "അതെ ഞാനടക്കം പന്ത്രണ്ടു ദേവന്മാർതന്നെ." "എന്നിട്ട്?" "എന്നിട്ടെന്താ എനിക്ക് നന്നായി വിശക്കുന്നുണ്ടായിരുന്നു. അതുകൊണ്ട് എന്റെ വീതം ഞാന ങ്ങെടുത്തു. ബാക്കിയുള്ളത് അഗ്നിയിൽ ഹോമിച്ചു."

ഇതായിരുന്നത്രേ ആദ്യമായി നടന്ന യാഗം. അപ്പോളോ ദേവൻ ഹെർമസുമായി മലയുടെ താഴ്വാരത്തേക്ക് പോയി. സിലേന അവരെ സ്വീകരിച്ചു. അവിടെ വച്ച് താൻ ഉണ്ടാക്കിയ സവിശേഷമായ വീണ അപ്പോളോദേവനെ ഹെർമസ് കാണി ച്ചുകൊടുത്തു. ദേവൻ അത്ഭുതത്തോടെ ആ വീണയിലേക്കു നോക്കിയിരുന്നു. ഉടൻ തന്നെ ഹെർമസ് വീണയിൽ അതിമധു രമായ ഗാനം ആലപിക്കാൻ തുടങ്ങി. അപ്പോളോ ദേവനെക്കുറി

ച്ചുള്ള സ്തുതിഗീതങ്ങളായിരുന്നു അവൻ ആലപിച്ചത്. സവി
ശേഷമായ ആ വീണയിൽനിന്നുള്ള ഗാനം ആരെയും അതിശ
യിപ്പിക്കുന്നതായിരുന്നു. അപ്പോളോദേവൻ ആ ഗാനത്തിൽ
വീണുപോയെന്നു പറഞ്ഞാൽ മതില്ലാ. അവർ ഗാനമാലപിച്ചു
കൊണ്ട് ആ താഴ്വാരങ്ങൾ മുഴുവൻ കറങ്ങിനടന്നു.

സംഗീതത്തിൽ ലയിച്ചുപോയ അപ്പോളോദേവൻ പറഞ്ഞു:
"ഹെർമസ്, എന്റെ പ്രിയപ്പെട്ട കുഞ്ഞുദേവാ ഈ വീണ എനി
ക്കു തരുമോ, ഞാൻ എന്റെ പശുക്കളെ മുഴുവൻ നിനക്കു തന്നേ
ക്കാം." "ശരി സമ്മതിച്ചു. അങ്ങയുടെ പശുക്കളെല്ലാം എനിക്ക്,
വീണ അങ്ങേക്ക്." എന്നു പറഞ്ഞുകൊണ്ട് ഹെർമസ് വീണ
അപ്പോളോദേവന് കൊടുത്തു.

പറഞ്ഞതുപോലെ അപ്പോളോദേവൻ പശുക്കളെ ഹെർമ
സിന് കൊടുത്തു. പശുക്കളെ മേയ്ച്ചുകൊണ്ട് നടക്കുമ്പോൾ ഓട
ത്തണ്ടുകൊണ്ട് ഹെർമസ് ഒരു സംഗീത ഉപകരണം ഉണ്ടാക്കി.
അതിൽനിന്ന് വന്നത് അന്നേവരെ കേൾക്കാത്ത പുതിയ രാഗ
ങ്ങളായിരുന്നു. അപ്പോളോ ദേവൻ ഈ സംഗീതവും കേൾക്കാ
നിടയായി. അദ്ദേഹം ഹെർമസിനടുത്തെത്തി. "കുഞ്ഞുദേവാ നീ
ഉണ്ടാക്കിയ ഈ സംഗീതോപകരണവും വിശേഷപ്പെട്ടതാണ്.
നീ ഇതെനിക്കു തന്നാൽ നിനക്ക് ഞാൻ എന്റെ ഗോദണ്ഡ്
നിനക്കുതരാം. പശുക്കളെ മേയ്ക്കാൻ നിനക്കത് ഉപകരിക്കും.
ഭാവിയിൽ നീ കർഷകരുടെയും ഇടയന്മാരുടെയും ദേവനായി
അറിയപ്പെടും."

ഹെർമസ് അതിന് വഴങ്ങിയില്ല. "നിനക്ക് പിന്നെ എന്താണ്
വേണ്ടത്?" അപ്പോളോദേവൻ ചോദിച്ചു. "ഭാവി പ്രവചിക്കാനുള്ള
വിദ്യ അങ്ങ് എന്നെ പഠിപ്പിച്ചു തരണം." ഹെർമസ് പറഞ്ഞു.
"ഏയ് അതു നടക്കില്ല, മറ്റെന്തെങ്കിലും നീ ചോദിക്കൂ."
അപ്പോളോ ദേവൻ മുഖം തിരിച്ചു. "വേണ്ട മറ്റൊന്നും എനിക്കു
വേണ്ട." ഹെർമസ് വാശിപിടിച്ചു. അവസാനം അപ്പോളോ ദേവൻ
അവന്റെ വാശിക്കു കീഴടങ്ങി. "ശരി, ശരി സമ്മതിച്ചിരിക്കുന്നു,
നീ ഒരു കാര്യം ചെയ്യുക, ഉടൻതന്നെ പർണസസിലേക്ക്
പോവുക, അവിടെ ത്രിയേ എന്നു പേരുള്ള മൂന്നു കിഴവിക
ളായ പരിചാരികമാരുണ്ട്. അവർ നിനക്ക് പ്രവചന വിദ്യ പറഞ്ഞു
തരും."

അപ്പോളോദേവൻ പറഞ്ഞതുപോലെ ഹെർമസ് ഉടൻ തന്നെ പർണസസിലേക്ക് വച്ചു പിടിച്ചു. അവിടെ ദേവൻ പറഞ്ഞതു പോലെ മൂന്നു കിഴവിമാരുണ്ടായിരുന്നു. അവർ സന്തോഷ ത്തോടെ ഹെർമസിന് പ്രവചനവിദ്യ പഠിപ്പിച്ചുകൊടുത്തു. പ്രവ ചനവിദ്യ അഭ്യസിച്ചതിനുശേഷം ഹെർമസ് നേരേ അപ്പോളോയുടെ അടുത്തെത്തി. അപ്പോളോദേവന് സന്തോഷ മായി. അദ്ദേഹം പറഞ്ഞു: "ഇനി നമുക്ക് സ്യൂസ് ദേവന്റെ അടു ത്തേക്ക് പോകാം. നിന്റെ പിതാവ് ഇപ്പോൾ ആകെ വിഷമിച്ചിരി ക്കുകയാണ്. ഉണ്ടായ കാര്യങ്ങളെല്ലാം അദ്ദേഹത്തെ അറിയിക്ക ണം. നമ്മൾ നല്ല സുഹൃത്തുക്കളായിരിക്കുന്ന വിവരം അറിയു മ്പോൾ സ്യൂസ് ദേവന് നല്ല സന്തോഷമായിരിക്കും." "ശരിയാണ്" ഹെർമസ് പറഞ്ഞു.

ഉടൻതന്നെ അവർ സ്യൂസ് ദേവന്റെ അടുത്തേക്ക് പോയി. അപ്പോളോദേവനും ഹെർമസും ചിരിച്ചുകളിച്ച് വരുന്നതു കണ്ടപ്പോഴേ അവർ തമ്മിലുള്ള പ്രശ്നങ്ങളെല്ലാം അവസാനി ച്ചതായി സ്യൂസ് ദേവൻ മനസിലാക്കി. അവർ സംഭവിച്ച കാര്യ ങ്ങളെല്ലാം അദ്ദേഹത്തെ ബോധിപ്പിച്ചു. ഇതുകേട്ട് സന്തുഷ്ടനായ സ്യൂസ് ദേവൻ പറഞ്ഞു: "ഹെർമസ്.. നിന്റെ കഴിവിലും സാമർഥ്യ ത്തിലും ഞാൻ സംപ്രീതനായിരിക്കുന്നു. ഇനി ഒരിക്കലും നീ കളവു പറയുകയോ പ്രവർത്തിക്കുകയോ ചെയ്യരുത്." ഹെർമസ് പറഞ്ഞു: "പിതാവേ അങ്ങയുടെ വാക്കുകൾ കേട്ട് ഞാൻ ജീവി ക്കും. എനിക്ക് അങ്ങയോടൊരപേക്ഷയുണ്ട്." "എന്താണ് മകനേ?" സ്യൂസ് ദേവൻ ചോദിച്ചു. "എനിക്ക് അങ്ങയുടെ ദൂത നായി സേവനമനുഷ്ഠിക്കണമെന്നുണ്ട്. അങ്ങയുടെ സ്വത്തുവക കളെല്ലാം ഞാൻ ഉത്തരവാദിത്വത്തോടെ സൂക്ഷിച്ചുകൊള്ളാം." "ശരി, സമാധാനക്കരാറുകൾ ഉണ്ടാക്കാനും കച്ചവടങ്ങൾ നിയ ന്ത്രിക്കാനും എല്ലാ യാത്രക്കാരുടെയും അവകാശങ്ങൾ സംരക്ഷി ക്കാനുമുള്ള അവകാശം നിനക്ക് ഞാൻ നൽകുന്നു." സ്യൂസ് ദേവൻ കൽപ്പിച്ചു.

ഹെർമസിന് സ്യൂസ് ദേവൻ വെള്ള റിബൺ കെട്ടിയ ഒരു അധികാര ദണ്ഡുകൊടുത്തു. കൂടെ ഒരു തൊപ്പിയും. മഴനന യാതെ ഹെർമസിനെ സംരക്ഷിക്കുന്നതിനായിരുന്നു ഈ തൊപ്പി. സ്യൂസ് ദേവന്റെ സമ്മാനമഴ തീർന്നില്ല. അദ്ദേഹം ചിറകുകളുള്ള

ഒരു ചെരിപ്പുകൂടി ഹെർമസിന് നൽകി. ആ ചെരിപ്പിട്ടാൽ ആകാശത്തുകൂടി പറന്നു നടക്കാൻ കഴിയുമായിരുന്നു. അങ്ങനെ ഹെർമസ് ഒളിമ്പസിലെ ദേവന്മാരിൽ ഒരാളായിത്തീർന്നു. പണ്ട് അപ്പോളോ ദേവന്റെ പശുക്കളിൽ രണ്ടെണ്ണത്തിലൊന്നിനെ തനി ക്കുതന്നെ ബലിയർപ്പിച്ച കാര്യം ഹെർമസ് ഓർത്തു. പ്രവചന ത്തിന്റെ ചില അംശങ്ങൾ അന്നേ തന്നിലുണ്ടായിരുന്നതായി ഇപ്പോൾ ഹെർമസ് ദേവൻ മനസിലാക്കി. എന്നാൽ ഇപ്പോൾ പ്രവചനത്തിനുള്ള വിദ്യയും താൻ കൈവശമാക്കിയിരിക്കുന്നു. ത്രിയേ കിഴവിമാർ പഠിപ്പിച്ച പ്രവചന വിദ്യ ഇങ്ങനെയായിരുന്നു. ഒരു പാത്രത്തിൽ കുറച്ചുവെള്ളമെടുക്കുക, എന്നിട്ട് വടികൊണ്ട് ആ വെള്ളത്തിൽ അടിക്കാൻ തുടങ്ങുമ്പോൾ കുമിളകൾ ഉയ രും. ആ കുമിളകളിൽ നോക്കി ഭാവിയിലെ ഏതു കാര്യവും പറ യാൻ കഴിയും. ഹെർമസിന് ഈ വിദ്യ നന്നായി അറിയാമായി രുന്നു എന്ന് പ്രത്യേകം പറയേണ്ടതില്ലല്ലോ.

അങ്ങനെ ദേവാധിദേവനായ സ്യൂസിന്റെ മകനായി പിറന്ന ഹെർമസ് ദേവലോകത്തെ വികൃതിക്കുട്ടിയായി വളർന്ന് ശ്രേഷ്ഠ നായ ഒരു ദേവനായി തീർന്നു.

അപ്പോളോദേവൻ

ഹെർമസിന്റെ കഥയിൽ മറ്റൊരു ദേവനെക്കൂടി നാം പരി
ചയപ്പെട്ടില്ലേ. അപ്പോളോദേവൻ. ഇനി അദ്ദേഹത്തെക്കുറിച്ചുള്ള
കഥയാവാം.

അപ്പോളോദേവൻ ഗ്രീക്കു പുരാണത്തിലെ പ്രധാനപ്പെട്ട ഒരു
കഥാപാത്രമാണ്. വീരപരാക്രമിയാണ് പക്ഷേ ധാരാളം മണ്ടത്ത
രങ്ങളും മൂപ്പർക്ക് പറ്റാറുണ്ട്. അതിശക്തിമാനും ആരെയും കൂസാ
ത്തവനുമാണ്. ഇദ്ദേഹവും സ്യൂസ് ദേവന്റെ പുത്രൻ തന്നെ. ലേറ്റാ
ദേവിയാണ് അമ്മ. അപ്പോളോയ്ക്ക് ഏഴുമാസം പ്രായമായപ്പോൾ
പെട്ടെന്നങ്ങ് വളരാൻ തുടങ്ങി. ദേവന്മാരുടെ കാര്യമല്ലേ. അങ്ങനെ
പലതും സംഭവിച്ചെന്നിരിക്കും.

അപ്പോളോ തടിയൻ ചെറുക്കനായി അമ്മയുടെ മുമ്പിൽ
നിന്നു. അവൻ പറഞ്ഞു: "അമ്മേ എനിക്ക് ഒരു വില്ലും കുറെ
അമ്പുകളും വേണം. ഇത്തിരിപ്പോന്ന അവന്റെ ആവശ്യം കേട്ട്
ലേറ്റാദേവി അമ്പരന്നു. മുട്ടേന്നു വിരിഞ്ഞില്ല, അതിനുമുമ്പ് ചെറു
ക്കന്റെ ആഗ്രഹം കണ്ടില്ലേ. ലേറ്റാദേവി ഇങ്ങനെ മനസിൽ വിചാ
രിച്ചുകൊണ്ട് പറഞ്ഞു: "അയ്യോ മകനേ എന്റെ പക്കൽ അമ്പും
വില്ലുമൊന്നുമില്ലല്ലോ, നീയൊരു കാര്യം ചെയ്യ് ഹെഫേസ്റ്റസ്
ദേവനോട് പോയി ചോദിക്കൂ." കേട്ടപാതി കേൾക്കാത്ത പാതി
അപ്പോളോ നേരെ ഹെഫേസ്റ്റസ് ദേവന്റെ അടുക്കലേക്ക്

പാഞ്ഞു. "എനിക്ക് ഒരു വില്ലും കുറെ ശരങ്ങളും വേണം." ബാല
നായ അപ്പോളോയുടെ വാക്കുകൾ കേട്ട് ഹെഫേസ്റ്റസ് ദേവൻ
അമ്പരന്നു. "ആട്ടെ നിന്നെ ആരാ ഇങ്ങോട്ട് പറഞ്ഞു വിട്ടത്?"
ദേവൻ ചോദിച്ചു. "എന്റെ അമ്മ," അവൻ കൂസലില്ലാതെ പറ
ഞ്ഞു. അപ്പോളോയുടെ നിഷ്കളങ്കതയിലും ധൈര്യത്തിലും മതി
പ്പുതോന്നിയ ഹെഫേസ്റ്റസ് ദേവൻ മനോഹരമായ ഒരു സ്വർണ
വില്ലും ശരങ്ങളും നൽകി അവനെ അനുഗ്രഹിച്ചു.

സ്വർണ വില്ലും ശരങ്ങളും നേടിയ അപ്പോളോ നേരെ
പോയത് പർണസസിലേക്കാണ്. അവിടെയാണ് എല്ലാവരുടെയും
പേടിസ്വപ്നമായ ഭീകരനായ കാളസർപ്പം വിഹരിക്കുന്നത്. സ്യൂസ്
ദേവന്റെ പത്നി ഹീരദേവി അപ്പോളയുടെ അമ്മ ലെറ്റാദേവിയെ
കൊല്ലാൻ അയച്ചതാണത്രേ ഈ പാമ്പിനെ.

പർണസസിലെത്തിയ അപ്പോളോ കാളസർപ്പത്തെ വെല്ലു
വിളിച്ചു. "എന്റെ അമ്മയെ കൊല്ലാൻശ്രമിച്ച ദുഷ്ടസർപ്പമേ
ധൈര്യമുണ്ടെങ്കിൽ പുറത്തുവാ.." ഇതു കേട്ടതും സർപ്പം വിഷം
ചീറ്റിക്കൊണ്ട് അപ്പോളോയെ ആക്രമിക്കുവാനായി പാഞ്ഞടു
ത്തു. അപ്പോളോ ഒട്ടും പരിഭ്രമിക്കാതെ വില്ലുകുലച്ചു. സർപ്പ
ത്തിനുനേർക്ക് അമ്പുകൾ ചീറിപ്പാഞ്ഞു. നൂറമ്പുകൾ ഒരുമിച്ച
യക്കുവാനുള്ള കഴിവ് അപ്പോളോയ്ക്കുണ്ടായിരുന്നു. സർപ്പ
ത്തിനു മേൽ ശരമഴതന്നെ പെയ്തു. ദുഷ്ടനായ ആ കാളസർപ്പം
വേദനകൊണ്ട് പുളഞ്ഞു. അവൻ അവിടെ നിന്ന് എങ്ങനെയോ
ഇഴഞ്ഞ് രക്ഷപ്പെട്ടു.

സർപ്പം നേരെ പോയത് ഡെൽഫിയയിലേക്കാണ്. ഭൂമീദേവി
യുടെ പ്രവചനസ്ഥലമാണ് ഡെൽഫി. ഡാഫ്നേ എന്ന ഭീകര
സത്വമാണ് അത് നിയന്ത്രിക്കുന്നത്. ഈ കാളസർപ്പത്തിന്റെ ഭാര്യ
യാണവൾ. ഭൂമിദേവിയാണ് അവളെ ഈ പ്രവചനകേന്ദ്രത്തിന്
കാവൽനിർത്തിയത്. അതുകൊണ്ട് തന്നെ അപ്പോളോദേവൻ
സർപ്പത്തെ പിന്തുടർന്ന് പ്രവചന കേന്ദ്രത്തിലേക്ക് പോയില്ല.
ശരീരത്തിലേറ്റ അമ്പുമായി സർപ്പം പ്രവചനകേന്ദ്രത്തിൽ
അടങ്ങി ഒതുങ്ങിക്കഴിഞ്ഞു.

ഈ സംഭവങ്ങളെല്ലാം ഭൂമീദേവി അറിയുന്നുണ്ടായിരുന്നു.
അപ്പോളോയുടെ ഈ പ്രവൃത്തികൾ ഭൂമീദേവിക്ക് ഒട്ടും ഇഷ്ട
മായില്ല. അവർ സ്യൂസ് ദേവനെ ചെന്നു കണ്ട് പരാതി ബോധി
പ്പിച്ചു. "അങ്ങയുടെ മകൻ ധിക്കാരമാണ് കാണിച്ചത്. ഇതിന്
അങ്ങ് ഇടപെട്ട് ഉടനടി ഒരു പരിഹാരം കാണണം." ഭൂമിദേവി
പറഞ്ഞു. ന്യൂസ് ദേവൻ ധർമസങ്കടത്തിലായി. സ്വന്തം മകനായ
തുകൊണ്ട് പക്ഷാഭേദം കാണിക്കാൻ പാടില്ലല്ലോ. ഉടൻ തന്നെ
സ്യൂസ് ദേവൻ വിധി പ്രസ്താവിച്ചു: "അപ്പോളോ ചെയ്തത്
തെറ്റുതന്നെയാണ്. അതുകൊണ്ട് അവൻ ടെമ്പേ ദേവാലയം
സന്ദർശിച്ച് പാപപരിഹാരം ചെയ്യേണ്ടതാണ്. സർപ്പത്തിന്റെ
ഓർമയ്ക്കായി കായിക മത്സരങ്ങളും സംഘടിപ്പിക്കേണ്ടതാണ്."
ഈ വിധി അപ്പോളോയ്ക്ക് ഒട്ടും ഇഷ്ടമായില്ല. തന്റെ പിതാവ്
തന്നോടിങ്ങിനെ പെരുമാറിയതിൽ അവൻ നിരാശയും ദേഷ്യവും
തോന്നി.

സ്യൂസ് ദേവന്റെ വിധി പാലിക്കാൻ അപ്പോളോ കൂട്ടാക്കിയി

ല്ല. ടേമ്പേയിലെ ദേവാലയത്തിൽ പോയി പാപപരിഹാരം ചെയ്യു
ന്നതിന് പകരം അപ്പോളോ സ്വന്തം സഹോദരി ആർട്ടിമസ് ദേവി
യെയും കൂട്ടി നേരെ പോയത് ഐജിയായിലേക്കാണ്. പക്ഷേ
ആ സ്ഥലം അപ്പോളോയ്ക്ക് ഇഷ്ടമായില്ല. അതുകൊണ്ട് അവി
ടെനിന്ന് അവർ ടാറായിലേക്ക് പോയി. അവിടെ വച്ച് ക്രീറ്റിലെ
രാജാവ് പാപപരിഹാരത്തിനുള്ള ഏർപ്പാടുകൾ അപ്പോളോയ്ക്ക്
ചെയ്തുകൊടുത്തു.

അവിടെ രാജാവിന്റെ അതിഥിയായി കുറച്ചുകാലം അപ്പോ
ളോയും സഹോദരിയും താമസിച്ചു. താൻ ഒരു പാപവും ചെയ്തി
ട്ടില്ല എന്ന ഉത്തമ ബോധ്യം അപ്പോളോയ്ക്കുണ്ടായിരുന്നു.